ஆர். ஷண்முகசுந்தரத்தின் படைப்பாளுமை

ஆர். ஷண்முகசுந்தரத்தின் படைப்பாளுமை

பெருமாள்முருகன் (பி. 1966)

படைப்புத்துறைகளில் இயங்கி வருபவர். அகராதியியல், பதிப்பியல், மூலபாடவியல் ஆகிய கல்விப்புலத் துறைகளிலும் ஈடுபாடுள்ளவர்.

பெருமாள்முருகன்

ஆர். ஷண்முகசுந்தரத்தின் படைப்பாளுமை

காலச்சுவடு பதிப்பகம்

அன்பார்ந்த வாசகருக்கு,

வணக்கம்.

காலச்சுவடு நூலை வாங்கியமைக்கு நன்றி.

நூலின் உள்ளடக்கம், உருவாக்கம், அட்டைப்படம் இன்ன பிற அம்சங்கள் பற்றிய உங்கள் கருத்துகளையும் ஆலோசனைகளையும் காலச்சுவடு வரவேற்கிறது. தகவல், எழுத்து, வாக்கியப் பிழைகள் தென்பட்டால் கட்டாயம் தெரிவித்து உதவுங்கள். நூல் தயாரிப்பில் கடும் குறைபாடு இருப்பின் மாற்றுப் பிரதி உங்களுக்குக் கிடைக்கக் காலச்சுவடு ஏற்பாடு செய்யும்.

மின்னஞ்சல்: publisher@kalachuvadu.com

காலச்சுவடு நாகர்கோவில் தலைமையகத்துக்கும் கடிதம் அனுப்பலாம்.

தங்கள்
எஸ்.ஆர். சுந்தரம் (கண்ணன்)
பதிப்பாளர் — நிர்வாக இயக்குநர்

ஆர். ஷண்முகசுந்தரத்தின் படைப்பாளுமை ♦ கட்டுரைகள் ♦ ஆசிரியர்: பெருமாள்முருகன் ♦ © பெருமாள்முருகன் ♦ முதல் பதிப்பு: ஜூன் 2000 ♦ காலச்சுவடு முதல் பதிப்பு: ஆகஸ்ட் 2022 ♦ வெளியீடு: காலச்சுவடு, 669, கே.பி. சாலை, நாகர்கோவில் 629001

காலச்சுவடு பதிப்பக வெளியீடு: 1062

aar. shaNmukasuntarattinpaTaippaLumai ♦ Essays ♦ Author: Perumal Murugan ♦ © PerumalMurugan ♦ Language: Tamil ♦ First Edition: June 2000 ♦ Kalachuvadu First Edition: August 2022 ♦ Size: Demy 1 x 8 ♦ Paper: 18.6 kg maplitho ♦ Pages: 152

Published by Kalachuvadu, 669, K.P. Road, Nagercoil 629001, India ♦ Phone: 91-4652-278525 ♦ e-mail: publications@kalachuvadu.com ♦ Printed at Adyar Students xerox Pvt. Ltd., No. 9, Sunkuraman street, Parrys, Chennai 600001

ISBN: 978-93-5523-150-5

'எத்தன கஷ்டம் வந்தாலும்
தெகிரியத்த உட்றக் கூடாதுடா'
என்று சொல்லிப்
படிப்பில் ஆர்வம் ஊட்டிய
படிக்காத என் அப்பாவின்
நினைவுக்கு...

பொருளடக்கம்

முன்னுரை: மகத்துவ ஒளிரல்	11
முதல் பதிப்பின் முன்னுரை: இட்டேரித் தடத்தில்...	19
1. வாழ்வும் படைப்பும்	23
2. படைப்புலகம்	32
3. கதை மாந்தர்களின் இயக்கம்	59
4. வாசகர் பங்கேற்பு வாயில்கள்	85
5. கோட்பாட்டுத் தாக்கம்	103
6. பணத்தேவையும் படைப்புக்களும்	124
பின்னுரை	141
பயன்பட்ட நூல்கள்	148

முன்னுரை

மகத்துவ ஒளிரல்

தமிழ் வட்டார எழுத்தின் முன்னோடி ஆர். ஷண்முகசுந்தரம். 'குடியான வாழ்க்கையையே ஆதாரமாகக் கொண்டு தமிழில் எழுதப்பட்ட முதல் நவீனம் இதுதான்' என்று 'நாகம்மாள்' முதல் பதிப்பு முன்னுரையில் கு.ப.ரா. சொல்கிறார். 'தமிழ் நாவல்களில் மட்டுமல்ல; இந்திய நாவல்களிலும் ஷண்முகசுந்தரத்தின் நாகம்மாளுக்கு ஒரு முக்கியத்துவம் உண்டு. கிராமிய சூழ்நிலைகளை முழுவதும் உபயோகித்து பிராந்திய நாவல் என்கிற துறையை முதல் முதலாக இந்தியாவில் உருவாக்கியவர் அவர்தான் என்று சொல்லலாம்' (நாகம்மாள், முன்னுரை 1987, ப.11, 12) என்கிறார் க.நா.சு..

மணிக்கொடி எழுத்தாளர்களில் முதலில் நாவல் எழுதியவர் ஆர். ஷண்முகசுந்தரம். 1942இல் வெளியான 'நாகம்மாள்' தொடங்கி 1969இல் 'யார் மேல் குற்றம்' வரை அவர் எழுதியனவாக 22 நாவல்கள் தற்போது தெரியவருகின்றன. சிறுகதைத் தொகுப்புகள் இரண்டு வந்துள்ளன. நந்தா விளக்கு (1944) என்னும் தலைப்பில் வந்த நூலிலுள்ள கதைகளுடன் மேலும் சில கதைகளைச் சேர்த்து 'மனமயக்கம்' (1961) வெளியாயிற்று. இன்னும் தொகுக்கப்படாத கதைகள் பலவும் இதழ்களின் பக்கங்களில் உள்ளன. கவிதை, மொழிபெயர்ப்பு, நாடகம், அரசியல் கட்டுரைகள் என அவர் எழுதியவை ஏராளம்.

முப்பது ஆண்டுகளுக்கும் மேலாக அவர் எழுத்துக்களைத் தேடுவதும் வாசிப்பதுமாக இருக்கிறேன். முனைவர் பட்ட ஆய்வுக்காகத் தொடங்கிய தேடல் அது. இன்னும் முடியவில்லை. ஆய்வை நூல் வடிவில் 2000இல் வெளியிட்டேன். தோழர் குறிஞ்சி தொடங்கி நடத்திய 'புதுமலர் பதிப்பகம்' மூலம் நூல் வந்தது. ஆர்.ஷண்முகசுந்தரமும் அவர் தம்பி ஆர்.திருஞானசம்பந்தமும் இணைந்து 1940களில் நடத்திய பதிப்பகத்தின் பெயர் 'புதுமலர் நிலையம்.' அதன் வழியாகத்தான் 'நாகம்மாள்' முதல் பதிப்பு வெளியாயிற்று. 1945இல் இரண்டாம் பதிப்பையும் புதுமலர் நிலையமே வெளியிட்டது. பூவும் பிஞ்சும், பனித்துளி ஆகிய நாவல்களையும் 'புதுமலர் நிலையம்' வெளியிட்டது. அதே பெயருடைய பதிப்பகம் அவரைப் பற்றிய என் நூலை வெளியிட்டதில் எனக்குப் பெருமகிழ்ச்சி. இப்படி எதேச்சையாக அமைந்த ஒற்றுமை அவருக்குச் செலுத்தும் சிறந்த அஞ்சலியாகத் தோன்றியது.

நூல் வெளியீட்டுக்குப் பிறகு அவ்வவ்போது அவரைப் பற்றியும் அவர் படைப்புகள் பற்றியும் இதழ்களில் கட்டுரைகள் எழுதியுள்ளேன். அவற்றையெல்லாம் தொகுத்தால் ஒரு நூல் அளவுக்கு வரக்கூடும். நாகம்மாள், சட்டி சுட்டது, அறுவடை, தனிவழி ஆகிய நாவல்கள் மறுபதிப்பாக வருவதற்கு முயற்சி எடுத்தேன். அவற்றை வெவ்வேறு பதிப்பகங்கள் வெளியிட்டுள்ளன. காலச்சுவடு பதிப்பகக் கிளாசிக் நாவல் வரிசையில் 'நாகம்மாள்' 2007இல் வெளியாகிப் பல பதிப்புகளைக் கண்டுவருகிறது. காலச்சுவடு கிளாசிக் குறுநாவல் வரிசையில் 'அறுவடை' 2019இல் வெளிவந்துள்ளது.

நாகம்மாள், அறுவடை இரண்டையும் சேர்த்து ஒரே நூலாகவும் (2004) சட்டி சுட்டது, தனிவழி ஆகியவற்றை ஒரு நூலாகவும் (2007) மருதா பதிப்பகம் வெளியிட்டது. மகத்தான நாவல் வரிசையில் நாகம்மாள், சட்டி சுட்டது ஆகியவற்றை 2013இல் நற்றிணைப் பதிப்பகம் வெளியிட்டுள்ளது. கௌதம் பதிப்பகம் 2011இல் நாகம்மாள் நாவலை அச்சிட்டுள்ளது. 'சட்டி சுட்டது' நாவலை 2010இல் லயம் வெளியிட்டுள்ளது.

சென்னைப் பல்கலைக்கழகத்தில் ஆங்கிலப் பேராசிரியராகப் பணியாற்றும் பாரதி ஹரிசங்கர் 'நாகம்மாள்' நாவலை ஆங்கிலத்தில் மொழிபெயர்த்துள்ளார். அதை 2019இல் காலச்சுவடு பதிப்பகம் வெளியிட்டுள்ளது. அதே நாவலை பல்லாண்டுகளுக்கு முன் க.நா.சு. மொழிபெயர்த்திருப்பதாகவும் தெரியவருகிறது. விவரம் அறிய முடியவில்லை. இவையன்றி என் பார்வைக்கு வராமல் வேறு பதிப்புகளும் இருக்கக்கூடும்.

இவற்றில் என் முயற்சியில் வந்தவையும் பிறர் தம் ஆர்வத்தில் வெளியிட்டவையும் உள்ளன.

லயம் வெளியீடான (2010) ‘சட்டி சுட்டது’ நாவல் பதிப்புரையில் ‘2007இல் மருதா பதிப்பகத்தின் மூலம் ஆர். ஷண்முகசுந்தரத்தின் நான்கு நாவல்களை, பெருமாள்முருகன் இருதொகுதிகளாகத் தொகுத்தளித்தபோது மூன்றாம் முறையாக இந்நாவல் பிரசுரம் பெற்றது. (இப்பதிப்பில் சில வடமொழிச் சொற்றொடர்கள் தமிழ்ப்படுத்தப்பட்டிருந்தன)’ (ப.4) என்று கால சுப்ரமணியம் குறிப்பிட்டுள்ளார். வடமொழிச் சொற்றொடர்கள் தமிழ்ப்படுத்தப்பட்டமைக்கு அவர் சான்று எதையும் தரவில்லை. பதிப்புத்துறையிலும் ஈடுபட்டுவருபவன் நான். மூல நூலில் எந்த மாற்றத்தையும் செய்யக் கூடாது என்பதைப் பதிப்பு விதியாகப் பின்பற்றிவருகிறேன்.

மருதா பதிப்பகம் வெளியிட்ட ‘சட்டி சுட்டது’ நாவல் பதிப்பில் எந்தத் திருத்தத்தையும் நான் செய்யவில்லை. ‘சட்டி சுட்டதடா’ என்னும் தலைப்பில் ராணிமுத்து 1971இல் வெளியிட்ட பிரதியை மூலமாகக் கொண்டு மருதா பதிப்பகம் வெளியிட்டது. 1965இல் வெளியான தமிழ்ப் புத்தகாலய முதல் பதிப்புப் பிரதியில் திருத்தம் செய்து ராணிமுத்து வெளியிட்டிருக்கலாம். இரண்டையும் ஒப்பிட்டுப் பார்த்தால் கால சுப்ரமணியம் கூறும் திருத்தங்கள் எவை எனத் தெரியவரும். இரண்டுமே ஆர்.ஷண்முகசுந்தரம் வாழ்நாளில் வெளியானவை என்பதையும் கருத்தில் கொள்ள வேண்டும்.

என் தொடர் தேடலில் ஆர்.ஷண்முகசுந்தரத்தின் நூல்கள் கணிசமாகக் கிடைத்துள்ளன. எண்ணம் போல் வாழ்வு, விரிந்த மலர் ஆகியவை என் ஆய்வின்போது கிடைக்கவில்லை. பின்னர் கிடைத்தன. அவை குறுநாவல்கள். இரண்டையும் சேர்த்து ஒரே நூலாக வெளியிட்டுள்ளனர். ‘மாலினி’ நாவலை ரோஜா முத்தையா நூலகத்தில் கண்டடைந்தேன். ‘மாலினி என்ற நூலும்கூட ஒரு மொழிபெயர்ப்பு நூலாகவே இருக்க வேண்டும்’ (சட்டி சுட்டது, 2010, ப.5) என்று கால சுப்ரமணியம் கூறுகிறார். அல்ல, அது ஆர்.ஷண்முகசுந்தரம் எழுதிய சொந்த நாவல்தான் என்பதை வாசித்து உறுதிப்படுத்த முடிந்தது.

‘அவர் சொந்தமாக எழுதியவையாக உள்ள பட்டியலில் மலர்கள் மலரவில்லை (மலர்கள் மலரவில்லை – கற்பனைக் கதை, ஜூலை 1968, சென்னை: தமிழ்ப்பண்ணை) என்ற நூலும் சேர்க்கப்பட்டு வருகிறது. ஆனால் அது மூல நூலாசிரியரின் பெயர் குறிக்கப்படாமல் மொழிபெயர்க்கப்பட்டுள்ள இரு குறுநாவல்கள் அடங்கியது’ (மேற்படி, ப.5) என்று கால

சுப்ரமணியம் குறிப்பிட்டுள்ளார். 'மலர்கள் மலரவில்லை நாவல் சண்முகசுந்தரத்தின் சொந்த நாவலாக இருக்க முடியாது என்ற கருத்து வலுப்படுகிறது' என மு. ஜான்சிராணி (ஆர். சண்முகசுந்தரம் நாவல்கள் – ஓர் ஆய்வு, 1986, ப.32) குறிப்பிடுகிறார். என் தேடலில் அந்நூல் எனக்குக் கிடைத்தது. மலர்கள் மலரவில்லை, கற்பனைக் கதை ஆகிய இரு குறுநாவல்கள் அடங்கிய தொகுப்பு அது. ஆர். ஷண்முகசுந்தரத்தின் பெயரில் இருந்தாலும் அவை மொழிபெயர்ப்புக்களே. வங்க மொழியிலிருந்து அவர் பெயர்த்துக் கொடுத்தவற்றை மூல நூலாசிரியர் பெயரில்லாமல் பதிப்பகம் வெளியிட்டுள்ளது. தனது இறுதிக் காலத்தில் நூலாக்கத்தில் சிறிதும் அக்கறை காட்டியவரல்லர் ஆர். ஷண்முகசுந்தரம். ஆகவே 'மலர்கள் மலரவில்லை' நூலை அவருடைய சொந்த நாவல் பட்டியலிருந்து இப்போது நீக்கியுள்ளேன்.

அலைகள், யார் செய்த குற்றம் ஆகிய நாவல்கள் பெயரளவில் தெரியவந்திருக்கின்றன. வே.சீதாலட்சுமி தொகுத்த 'தமிழ் நாவல்கள் (அகர வரிசை)' நூலில் இவ்விரு நாவல்களின் பெயர்கள் கொடுக்கப்பட்டுள்ளன. ஆர்.ஷண்முகசுந்தரம் எழுதியனவாக இப்போது அறியவந்திருக்கும் 22 நாவல்களில் 19 கிடைத்துவிட்டன. அலைகள், தேன்மழை, யார் செய்த குற்றம் ஆகிய மூன்றை இனிமேல் கண்டடைய வேண்டும். அவை அவர் எழுதியவையா மொழிபெயர்ப்பா என்பதை நூல்கள் கிடைத்த பிறகே உறுதிசெய்ய முடியும். எனவே இப்போதைக்கு அவரது சொந்த நாவல்கள் பட்டியலிலேயே வைத்துள்ளேன். அவர் எழுதிய சிறுவர் கதை நூல் ஒன்று 'ரோஜா ராணி' என்னும் தலைப்பில் வந்துள்ளது. அதுவும் தற்போது கிடைத்துள்ளது.

மொழிபெயர்ப்புகளைத் தொடர்ந்து திரட்டிக்கொண்டிருக்கி றேன். விபூதிபூஷண் பந்த்யோபாத்யாய எழுதிய வங்க நாவல் 'பதேர் பாஞ்சாலி.' சத்யஜித் ரேவின் ஆக்கத்தில் திரைப்படமாக வும் வந்து புகழ் பெற்றது. அந்நாவலை ஆர். ஷண்முகசுந்தரம் மொழிபெயர்த்திருக்கிறார். அதன் முதல்பதிப்பு 1964இல் வந்தது. பின்னர் என் முயற்சியால் 2001இல் சந்தியா பதிப்பக வெளியீடாக மறுபதிப்பு வெளியாயிற்று. 2016இல் மாற்று வெளியீட்டகம் ஒரு பதிப்பை வெளியிட்டுள்ளது. ஆர். ஷண்முகசுந்தரம் நூற்றுக்கும் மேலான மொழிபெயர்ப்புகளைச் செய்துள்ளார் எனத் தெரிகிறது. பெயர் மட்டும் தெரிந்தவை, உரிய விவரங்களுடன் உள்ளவை, நூலாக கிடைத்தவை என அப்பட்டியலில் இப்போது நாற்பதுக்கும் மேற்பட்டவை சேர்ந்துள்ளன. அவரது மொழிபெயர்ப்புகளைப் பற்றி இந்நூலில் நான் எதுவும் எழுதவில்லை. பின்னர் விரிவான கட்டுரை எழுதும் திட்டம் உள்ளது. திரட்டலும் எழுதலுமாக

இன்னும் செய்ய வேண்டியவை எவ்வளவோ உள்ளன. எதையும் காப்பாற்றி வைப்பதில் குறையுடைய தமிழ்ச் சமூகத்தின் மீது அவ்வப்போது சலிப்பு வருகிறதே தவிர, அவர் எழுத்தின் மீதான ஈர்ப்பு குறையவில்லை. அவர் வாழ்வைப் பற்றி அறியவரும் செய்திகள், சம்பவங்கள் வியப்பூட்டுகின்றன.

பொதுவாக ஆய்வுகளை, விமர்சனங்களை விரும்பிப் படிக்கும் வாசகர்கள் குறைவு. அதற்கு முக்கியக் காரணம் இத்தகைய நூல்கள் சுயபார்வையோடும் சுவையான மொழியோடும் எழுதப்படுவதில்லை என்பது. கல்விப்புல ஆய்வுகள் வறட்சியாக உள்ளன என்றால் நவீன இலக்கியப் பரப்பில் எழுதப்படும் விமர்சனக் கட்டுரைகள் வாசிப்புத்தன்மை அற்றவையாக உள்ளன. வாசகர்களுக்கு அறிமுகத்தையும் விமர்சனப் பார்வையையும் உருவாக்குவதற்குப் பதிலாக புறக்கணிப்பு, ஒதுக்கல், பொறாமை முதலியவற்றால் நிறைந்து வாசகரை விரட்டியடிக்கின்றன. அறிதல்களைத் தருவதற்குப் பதிலாக வெறுப்பை விதைக்கும் கட்டுரைகள் வாசக ஈர்ப்பை எவ்விதம் பெறும்? தமிழ் இலக்கியப் பரப்பு, பெருவெளி போன்றது. அதில் ஏராளமான விண்மீன்கள் பொருந்தியுள்ளன. இன்னும் எவ்வளவோ இடமிருக்கிறது. ஒளிரல்களைக் காட்ட விரல்களும் மகிழ்வோடு பேசக் குரல்களும் வேண்டும்.

பெருவானில் புள்ளியாய்த் தோன்றும் ஆர்.ஷண்முகசுந்தரம் என்னும் சிறுநட்சத்திரம் ஒன்றின் மகத்துவ ஒளிரல் பற்றியும் மங்கலுக்கான காரணம் குறித்தும் ஓரளவு இந்நூலில் அறியக் காட்டியிருக்கிறேன். இது வெளிவந்த காலத்தில் கிடைத்த வரவேற்பால் இன்னும் சில எழுத்தாளர்களைப் பற்றி இவ்விதம் எழுத வேண்டும் என்னும் ஆவல் உருவாயிற்று. லௌகீக வாழ்வும் புனைவுகளில் குவிந்திருந்த கவனமும் சேர்ந்து என் ஆவலை மட்டுப்படுத்தின. ஏறத்தாழ இருபது ஆண்டுகளுக்குப் பின் மறுபதிப்பாக வரும் இப்போது மீண்டும் இந்நூலை முழுமையாக வாசிக்கையில் அந்த ஆவல் மறுபிறப்புக் கொள்கிறது. இலக்கியம் குறித்த என் எளிய புரிதல்களை முன்வைத்து இப்படிச் சில நூல்களை எழுத வேண்டும் என்றே நினைக்கிறேன்.

முதல் பதிப்புக்கும் இப்பதிப்புக்கும் பெரிய மாற்றம் ஏதுமில்லை. 'ஆர். சண்முகசுந்தரம்' என்று பயன்படுத்தியிருந்த பெயரை இப்போது 'ஆர்.ஷண்முகசுந்தரம்' என்றாக்கி யிருக்கிறேன். இரண்டு விதமாகவும் அவர் நூல்களில் பெயர்கள் அமைந்திருக்கின்றன. ஆனால் பெரும்பாலும் 'ஆர். ஷண்முகசுந்தரம்'தான். மணிக்கொடியில் எழுதத்

தொடங்கிய போதிருந்து தம் நாவல்களில் எல்லாம் ஷகரத்தையே பயன்படுத்தியிருக்கிறார். அவரது இறுதிக் காலத்தில் தம் நூல்களைப் பற்றி எந்தக் கவனமும் அவர் கொள்ளாத சூழலில் பதிப்பகத்தார் ‘ஆர். சண்முகசுந்தரம்’ என்று அச்சிட்டுள்ளனர். குறிப்பாகச் ‘சட்டி சுட்டதடா’ நாவல் ராணிமுத்து வெளியீடானபோது ‘ஆர்.சண்முகசுந்தரம்’ என்றே பெயர் இருந்தது. ‘ரோஜா ராணி’ என்னும் சிறுவர் நூல் ஒன்றையும் அவர் எழுதியுள்ளார். 1968இல் வெளியான அதிலும் பெயருக்குச் சகரம்தான். பல ஆய்வுக் கட்டுரைகள், நூல்களிலும் சகரத்தையே பயன்படுத்தியிருந்தனர்.

முனைவர் பட்ட ஆய்வேடு என்பதாலும் பல்கலைக்கழகத் தமிழ்த் துறைகளுக்கும் அதுவே உவப்பாக இருக்கும் என்பதாலும் ‘ஆர். சண்முகசுந்தரம்’ என்றே நானும் பயன்படுத்தினேன். நூலாக்கத்தின் போதும் அதையே பின்பற்றினேன். எனினும் அது ஒரு உறுத்தலாகவே இருந்தது. ஷகரம் சமஸ்கிருத ஒலியாக இருப்பினும் அவ்வொலிக்கான வரிவடிவம் தமிழர்கள் உருவாக்கிக் கொண்டது. ஸ, ஜ, ஹ, ஸ்ரீ ஆகிய வரிவடிவங்களும் நம்முடையவையே. அவற்றைப் பயன்படுத்துவதில் எனக்கு எந்தத் தயக்கமும் இல்லை. தேவையில்லாத இடத்தில் அவற்றை வலிந்து போடக் கூடாது என்பதுதான். மேலும் தம் பெயரை எவ்விதம் எழுத வேண்டும் என எழுத்தாளர் விரும்பினாரோ அவர் எப்படி எழுதினாரோ அப்படித்தான் நாமும் பயன்படுத்த வேண்டும் என்னும் உணர்வும் எனக்குண்டு. இப்போது ‘ஆர். ஷண்முகசுந்தரம்’ என்று மாற்றியதும் ஏதோ பாரம் இறங்கியது போலிருக்கிறது.

அவர் நாவல்கள் வெளியான ஆண்டு விவரத்தில் சில மாற்றங்களைச் செய்துள்ளேன்; பதிப்பு விவரங்களைக் கொடுத்துள்ளேன். மொழிபெயர்ப்பு நூல்களின் பட்டியலும் இப்போது நீண்டுள்ளது. பலவற்றுக்கு ஆண்டு விவரம் கொடுத்துள்ளேன். அவர் எழுதியவற்றின் பட்டியலில் இன்னும் பல விவரங்களைச் சேர்க்க வேண்டும். அடுத்தடுத்த பதிப்புகளில் வாய்ப்புகள் அமையலாம்.

அவர் பிறந்த ஆண்டு 1917 எனப் பலரும் குறிப்பிட்டுள்ளனர். ‘தமிழ் நாவல்கள் – ஓர் அறிமுகம்’ என்னும் நூலில் 08–04–1918 என அவர் பிறந்த நாளைக் கோ.வெ.கீதா குறிப்பிட்டுள்ளார். அதை எதிலிருந்து அறிந்தார் எனத் தெரியவில்லை. அவர் படைப்புகளைப் பற்றிய இலக்கியக் கருத்தரங்கு ஒன்று ஜனவரி 1969இல் நடத்த ஏற்பாடாயிற்று. அதையொட்டி அவரையும் அவர் படைப்புகளையும் அறிமுகப்படுத்தும் இருபத்தைந்து

பக்க அளவிலான சிறுபிரசுரம் ஒன்று வெளியிடப்பட்டது. அவர் பிறந்த ஆண்டு 1917 என்றே அதில் உள்ளது. ஆர்.ஷண்முக சுந்தரத்திடம் கேட்டு எழுதப்பட்ட தகவல் அது. அதிலும் பிறந்த நாள் இல்லை. ஆகவே அவர் பிறந்த ஆண்டு 1917 என்பது உறுதி. நாள் தெரியவில்லை.

அதேபோல அவர் இறந்தது 1977இல் என்பதை அறிய முடிந்தது. கோ.வெ.கீதா தம் நூலில் 01-09-1977 எனக் கொடுத்துள்ளார். அதையே பின்பற்றி இந்நூலின் முதல் பதிப்பில் நானும் கொடுத்திருந்தேன். இப்பதிப்பில் திருத்தம் செய்திருக்கிறேன். கோ.வெ.கீதா கொடுத்திருப்பதில் ஆண்டு சரி; நாள் தவறு. 1977 பிப்ரவரி மாத தீபம், தாமரை ஆகிய இதழ்களில் அவருக்கு அஞ்சலிக் குறிப்பு வெளியாகியுள்ளது. அவற்றைக் கொண்டு 1977 ஜனவரியில் இறந்தார் என்பதை உறுதிப்படுத்திக்கொள்ள முடிந்தது. அஞ்சலிக் குறிப்புகளில் பிறந்த ஆண்டு, இறந்த ஆண்டு ஆகியவற்றைப் பத்திரிகைகள் குறிப்பிடுகின்றனவே தவிர நாளைத் தருவதில்லை. நாள், மாதம், ஆண்டு ஆகியவற்றை முழுமையாகக் கொடுப்பது அவசியம். அஞ்சலிக் குறிப்பு பிற்கால வரலாற்று ஆதாரம். ஆனால் பத்திரிகைகள் அதை உணரவில்லை. ஆர். ஷண்முகசுந்தரம் இறப்புக்கான அஞ்சலிக் குறிப்புகள் இரண்டு கிடைத்தும் அவர் இறந்த நாள் பற்றிய தகவல் அவற்றில் இல்லை.

1978ஆம் ஆண்டு தமிழ் நாவல் நூற்றாண்டை ஒட்டி முதல் நாவலாசிரியராகிய மாயூரம் ச.வேதநாயகம் பிள்ளை பிறந்த மாயூரம் என்னும் மயிலாடுதுறையில் விழா ஒன்று நடைபெற்றது. தமிழ் நாவல்கள் ஐம்பதைத் தேர்ந்தெடுத்து ஒவ்வொரு நாவலைப் பற்றியும் ஒவ்வொருவர் எழுதிய கட்டுரை என ஐம்பது கட்டுரைகள் கொண்ட நூல் 'தமிழ் நாவல் 50 பார்வை' என்னும் தலைப்பில் வெளியிடப்பட்டது. ஒருகாலத்தில் தமிழ் நாவல்கள் பற்றி இவ்வாறு பல கருத்தரங்குகள் நடந்திருக்கின்றன. கட்டுரைகள் நூல்களாகவும் வந்திருக்கின்றன. 'தமிழ் நாவல் 50 பார்வை' நூலில் ஆர். ஷண்முகசுந்தரத்தின் 'நாகம்மாள்' நாவல் குறித்து தி.க. சிவசங்கரன் எழுதிய கட்டுரை உள்ளது. அதன் இறுதியில் 'இத்தகைய தலைசிறந்த நாவலாசிரியர் 1977 ஜனவரி 20ல் கோவையில் காலமானார்' என்று குறிப்பிடுகிறார். தாமரை இதழின் பொறுப்பாசிரியராக இருந்தவர் தி.க.சி.. அவர் ஆர்.ஷண்முகசுந்தரத்தின் நாவல்களில் ஆர்வம் கொண்டிருந்தவர். தி.க.சி. கொடுத்திருக்கும் தகவலைக் கொண்டே ஆர்.ஷண்முகசுந்தரம் இறந்த நாளை அறிய முடிந்தது. இப்பதிப்பில் 20-01-1977 எனக் கொடுத்துள்ளேன்.

*2000*இல் வெளியான இந்நூலின் மறுபதிப்பு வெவ்வேறு காரணங்களால் தள்ளிப் போய்விட்டது. முதல் பதிப்பின் முன்னுரையும் இப்பதிப்பில் இருக்கிறது. இப்போது மறுபதிப்பு காலச்சுவடு வெளியீடாக வருகிறது. இதைச் சாத்தியப்படுத்திய கண்ணன், ஷகரம் பயன்படுத்துவதைப் பற்றி விவாதித்து முடிவெடுக்கத் தூண்டிய அரவிந்தன், நூல் உருவாக்கத்தில் பங்காற்றிய காலச்சுவடு பணியாளர்கள் உள்ளிட்ட அனைவருக்கும் நன்றி. ஆர். ஷண்முகசுந்தரத்தின் புகைப்படங்கள் இரண்டு கிடைத்துள்ளன. வாசகர் வட்டம் வெளியிட்ட 'மாயத்தாகம்' நாவலின் பின்னட்டையில் உள்ள படமே பொதுவெளியில் கிடைக்கிறது. அதைக் கொண்டு ஆர். ஷண்முகசுந்தரத்தை ஓவியமாக வரைந்தவர் ஈரோடு சுந்தரன் முருகேசன். முதல் பதிப்பில் அவர் வரைந்த ஓவியங்களே பயன்பட்டன. இப்போது புதிதாகச் சில ஓவியங்களையும் வரைந்து கொடுத்தார். அவருக்கும் அட்டை வடிவமைத்துக் கொடுத்த றஷ்மிக்கும் நன்றி.

18–08–22 **பெருமாள்முருகன்**

நாமக்கல்

முதல் பதிப்பின் முன்னுரை

இட்டேரித் தடத்தில்...

என்னுடைய கதைகள் இதழ்களில் பிரசுரமாகத் தொடங்கியிருந்த நேரம். 'மனஓசை' இதழ் ஆசிரியர் குழுவைச் சேர்ந்த தோழர் சுரேஷ் என்னிடம் சொன்னார். 'நீங்க தொடர்ந்து எழுதுங்க. ஆர். ஷண்முகசுந்தரத்தைத் தாண்டி உங்களால போக முடியும்.' அதற்கு முன் பரவலாக இலக்கிய உலகில் குறிப்பிடப்படும் ஒரு பெயராக மட்டுமே ஆர். ஷண்முகசுந்தரம் எனக்கு அறிமுகமாகி இருந்தார். பின் அவருடைய படைப்புகளைத் தேடிப் படிக்கத் தொடங்கினேன். இந்நூற்றாண்டின் மத்தியில் இயங்கிய எழுத்தாளராக இருந்தும் அவருடைய படைப்புகள் கிடைப்பதென்பது அரிதாகவே இருந்தது. "நாகம்மாள்" மட்டும்தான் எளிதாகக் கிடைத்தது. பிறவற்றை எல்லாம் பழைய புத்தகக் கடைகளிலும் நண்பர்களிடமும் தேடியபோது கிடைப்பது ஓரளவு சாத்தியமாயிற்று.

தோழர் சுரேஷ், என்னை ஆர். ஷண்முக சுந்தரத்தோடு ஒப்பிட்டுச் சொன்னதற்குக் காரணம், நான் எழுதத் தேர்ந்தெடுத்திருந்த களத்தில் அவர் ஏற்கனவே இயங்கியவர் என்பதுதான். படிக்கும்போது ஆர். ஷண்முகசுந்தரம் எனது தோளில் கைபோட்டுக்கொண்டு இட்டேரித் தடத்தின் வழியே எனது முன்னோர்களின் வாழ்வை நோக்கி அழைத்துச் செல்வதாகப்பட்டது. விடுதலைக்கு முன்னும் பின்னுமான கொங்கு கிராம வாழ்வின்

பல கூறுகளை அறிந்துகொள்ள எழுத்துப்பூர்வமான ஆதாரங்களாக அவருடைய படைப்புகள் இருந்தன. ஆனால் அவற்றில் படைப்புரீதியான உந்துதலைத் தருவதற்கான கூறுகள் மிகக் குறைவாகவே இருந்தது எனக்குப் பெருத்த ஏமாற்றம். 'நாகம்மாள்' அவருடைய முதல் நாவல் என்றாலும் அதுதான் அவருடைய ஆகச்சிறந்த படைப்பு என்றும் தோன்றியது. அறுவடை, தனிவழி, சட்டி சுட்டது ஆகியவற்றை அடுத்த தரத்தில் வைத்துப் போற்ற முடியும் என்றும் மற்றவற்றை எல்லாம் ஒதுக்கிவிடலாம் என்றும் உணர்ந்தேன். இந்த முடிவுக்கு வருவதற்கான எனது அவதானிப்புகளைக் குறிப்புகளாக எழுதிவைத்துக்கொண்டேன்.

அச்சமயம் சென்னைப் பல்கலைக்கழகத் தமிழ்மொழித் துறையில் முனைவர் பட்ட ஆய்வாளராகச் சேர்ந்திருந்தேன். ஆய்வுக்காக நாவல் பற்றிய பொதுத் தலைப்பு ஒன்றைக் கொடுத்திருந்தேன். என் சேகரம் சார்ந்து 'கொங்கு வட்டார நாவல்கள்' அனைத்தையும் கொண்டு ஆய்வு செய்யலாம் என்று முடிவெடுத்தேன். கொங்கு வட்டார நாவல்களில் ஆர். ஷண்முகசுந்தரம் மட்டுமே மிகப் பெரும் ஆளுமையாகக் காணப்படுவது பற்றியும் அவரது நாவல்கள் குறித்து எனது அபிப்ராயங்களையும் முனைவர் வீ. அரசு அவர்களிடம் பேசிக் கொண்டிருந்த ஒரு தருணத்தில், 'ஆர். ஷண்முகசுந்தரத்துடைய படைப்புகளை மட்டும் வெச்சுப் பண்ணுங்களேன்' என்றார். இப்படித்தான் ஆர். ஷண்முகசுந்தரத்தின் படைப்பாளுமைத் திறன் என்னும் ஆய்வுத் தலைப்பு உருவாயிற்று. இந்தத் தலைப்பில் சமர்ப்பிக்கப்பட்ட எனது ஆய்வேட்டுக்குச் சென்னைப் பல்கலைக்கழகம் 1998ஆம் ஆண்டு முனைவர் பட்டம் வழங்கிற்று.

ஆய்வேடு தயார்செய்வதற்கு நான் பெரிய சிரமப்பட்டதாக இப்போது தோன்றவில்லை. நான் எடுத்து வைத்திருந்த குறிப்புகளை விரித்து எழுதினேன். அவ்வளவுதான். நான்கைந்து முறை திரும்பத் திரும்ப நாவல்களை வாசித்தபோதும் என் கருத்துக்கள் உறுதிப்பட்டன. அவற்றிற்கு வலுச்சேர்ப்பதற்கான ஆதாரக் குறிப்புகள் பலவும் கிடைத்தன. ஆய்வேட்டுக்கென்று கறாராகப் பின்பற்றப்படும் முறைகளை எல்லாம் மேலோட்டமாகவே பின்பற்றி வெகுசுதந்திரமாக எழுதினேன். எழுத்துப்படி 1992–93ஆம் ஆண்டுகளில் தயாராயிற்று. அப்போது படைப்பு சார்ந்து நான் உருவாக்கிக்கொண்டிருந்த கருத்துக்கள் இதில் பிரதிபலிக்கக் காணலாம். திரும்ப இதைப் படிக்கும்போது 'இது ரசனை முறையிலான விமர்சனம்' என்று இதைப் பற்றிய

விமர்சனங்கள் வரலாம் எனத் தோன்றுகிறது. சிலாகிப்பதைக் காட்டிலும் சிலாகிக்க இயலாமை பற்றியே பெரும் பகுதியும் சொல்லியிருக்கிறேன் என்று படுகிறது. ஆர். ஷண்முகசுந்தரத்தின் படைப்புகளைப் பரிச்சயம் செய்துகொள்ள விரும்புவோர்க்கு அறிமுகமாகவும் ஏற்கனவே பரிச்சயம் உடையவர்களுக்குத் தங்கள் கருத்துக்களை உறுதிப்படுத்திக்கொள்ளவும் அவற்றைச் சார்ந்து விவாதிக்கவும் இந்நூல் பயன்படும் என்று நம்புகிறேன்.

இது ஆய்வாக இல்லாமல் விமர்சனமாக இருக்கிறது என்று புறத்தேர்வாளர் ஒருவரின் மதிப்பீட்டு அறிக்கை கூறியது. அதேபோல் வாய்மொழித் தேர்வுக்குத் தேர்வாளராக வந்திருந்த முனைவர் இரா. சந்திரசேகரன் (முல்லை ஆதவன்) ‘ஆர். ஷண்முகசுந்தரத்தின் படைப்புகளை மதிப்பீடு செய்து தரம் பிரிப்பது இதன் சிறப்பு. பிற ஆய்வேடுகளில் காணப்படாத ஒன்று’ என்று கூறினார். ஆய்வேடுகள் வாசிப்புக்கு உகந்தவை அல்ல என்னும் கருத்து நிலவும் சூழலில், நான் இதைப் பிரசுரிக்க முன்வந்ததற்கு மேற்கண்ட தேர்வாளர்களின் கருத்துக்களே காரணம். வாசிப்புத்தன்மை உடையதாக மாற்றித் தந்தால் மட்டுமே பிரசுரிப்பேன் என்று தோழர் குறிஞ்சி கூறியதால் ஆய்வேட்டுக்கெனச் சேர்த்திருந்த முன்னொட்டு, பின்னொட்டு, இடைச்செருகல் ஆகியவற்றையெல்லாம் நீக்கி வாசகர் நேரடியாக நுழைவதற்கான பிரதியாக உருவாக்கியுள்ளேன். ஆகவே ஆய்வேடாயிற்றே என்று யாரும் படிக்க அஞ்ச வேண்டியதில்லை.

நன்றிக்கு உரியவர்களாகப் பலபேர் நினைவுக்கு வருகிறார்கள். தான் பிழையென்று கருதிய ஒரு சில சொற்களை மட்டும் மாற்றிக் கொடுத்துவிட்டு, என் எழுத்துச் சுதந்திரத்தை மதித்த ஆய்வு மேற்பார்வையாளர் முனைவர் மு. பொன்னுசாமி,

நூல்களைப் பெறுவதில் உதவிய பேரா.ச. மருதநாயகம் (கோவை), முனைவர் ப.வெ.பாலசுப்பிரமணியன் (கோவை), சீ.கொ. இராமசாமி (இலக்கிய தீபன், பெருந்துறை), கோ. சீனிவாசன்(சமுதாயம் பிரசுராலயம், கோவை), ஓடை. பொ. துரையரசன் (விஜயமங்கலம்)

நேர்காணலுக்கு இசைந்த தி. ஷண்முகசுந்தரம், திருமதி மஞ்சுளா (ஆர். ஷண்முகசுந்தரத்தின் தம்பி மக்கள்), கவிஞர் அக்கினிபுத்திரன்.

மேலும் சுரேஷ் என்கிற சீனிவாசன், சிபிச்செல்வன், ந. திருஞானம், மாரிமுத்து, வளர்மதி, வே.வேலு, பொன். வீர கண்ணன், இரா. குமார், தோழர் வசந்தன்.

ஆர். ஷண்முகசுந்தரத்தைக் கோட்டோவியங்களாக்கிய ஓவியர் சுந்தரன் (ஈரோடு)

வெளியிடும் புதுமலர் பதிப்பகத்தார் அனைவருக்கும் நன்றி.

17.06.2000   பெருமாள்முருகன்

1

வாழ்வும் படைப்பும்

பழைய கோவை மாவட்டத்தைச் சேர்ந்த, தற்போது திருப்பூர் மாவட்டத்திலுள்ள தாராபுரம் வட்டம், கீரனூர் என்னும் சிற்றூரில் 1917ஆம் ஆண்டு பிறந்தவர் ஆர்.ஷண்முகசுந்தரம். தந்தை இரத்தினாசல முதலியார்; தாயார் ஜானகி அம்மாள். சிறு வயதிலேயே தாயார் இறந்து விட்டதால் ஷண்முகசுந்தரம் பாட்டியிடம் வளர்ந்தார். சிறுவயதில் பாட்டியிடம் கதைகள் கேட்டதும் அவருக்கு இலக்கிய ஆர்வம் வளர ஒரு காரணமாக இருந்திருக்கிறது. அவருக்கு ஒரே தம்பி; பெயர் ஆர்.திருஞானசம்பந்தம். அவரும் எழுத்தாளர். பல்வேறு இதழ்களில் சிறுகதைகள் எழுதியுள்ளார். சிறுகதை நூல்களும் வெளியாகியுள்ளன. இருவரும் இணைபிரியாமல் இறுதிவரையிலும் கூட்டுக் குடும்பமாகவே வாழ்ந்துள்ளனர். இலக்கிய ஆர்வத்தி லும் இருவரும் ஒத்த கருத்துடையவர்கள். ஆர். ஷண்முகசுந்தரத்தின் மனைவி வள்ளியம்மாள்; இலக்கிய ஆர்வம் உடையவர்.

அவரது தந்தை பூர்வீகச் சொத்துக்கள் உடையவராக இருந்தபோதும் அவற்றை வைத்துக் காப்பாற்றும் திறனுடையவராக இல்லை. மகன்களும் அவ்வாறே இருந்தனர். எனவே, மிக விரைவில் அவர்களது சொத்துக்கள் கைவிட்டுப் போயின. ஆனால் அதைக் குறித்துக் கவலை கொள்ளாமல் வாழ்க்கை நடத்தினர். பள்ளிப் படிப்பை முடித்திருந்த ஷண்முகசுந்தரம் இந்தி, உருது, ஆங்கிலம் ஆகிய மொழிகளையும் கற்றிருந்தார். அவரது நெருங்கிய நண்பரான ஆர்.கே.சண்முகம் செட்டியார் அவர் களின் மூலமாக அவர் பிறமொழிப் படைப்புகள் பலவற்றைப் படிக்கும் வாய்ப்பைப் பெற்றார்.

மணிக்கொடி இதழின் தொடர்பால் சிறுகதை எழுதத் தொடங்கிய ஷண்முகசுந்தரத்தின் முதல் சிறுகதை 'பாறையருகே' என்பதாகும். இது, மணிக்கொடியில் வெளிவந்தது. பின்னர் கு.ப.ராஜகோபாலனின் வேண்டுகோளுக்கேற்ப நாகம்மாள் நாவலை 1939இல் எழுதி 1942இல் வெளியிட்டார். மணிக்கொடி எழுத்தாளர்களுள் முதலில் நாவல் எழுதியவர் ஆர்.ஷண்முகசுந்தரம். தொடக்கத்தில் மூன்று நாவல்களை எழுதினார். அவை நாகம்மாள் (1942), பூவும் பிஞ்சும் (1944), பனித்துளி (1945). அவற்றை அவரும் அவர் தம்பியும் சொந்தமாகத் தொடங்கி நடத்திய 'புதுமலர் நிலையம்' பதிப்பகத்தின் மூலம் வெளியிட்டார். 1945க்குப் பின் கிட்டத்தட்டப் பதினைந்து ஆண்டுகள் அவர் எழுதவில்லை. மீண்டும் அறுபதில் எழுதத் தொடங்கி 1970வரை நிறைய எழுதினார்; மொழிபெயர்ப்புகள் செய்தார். பேரூரான், ஆலோலம் ஆகிய புனைபெயர்களில் அரசியல் கட்டுரைகள் எழுதியுள்ளார். தம்பியுடன் சேர்ந்து 1944இல் கோவையில் எழுத்தாளர் மாநாட்டை முன்னின்று சிறப்பாக நடத்தியமை அவரது சாதனையாகும். புதுமலர் நிலையம் என்னும் வெளியீட்டகத்தையும் புதுமலர் அச்சகத்தையும் அவர்கள் நடத்தியுள்ளனர். 'வசந்தம்' என்னும் இலக்கிய இதழை ஏறத்தாழ இருபது ஆண்டுகள் நடத்தியுள்ளனர்.

வாழ்க்கைத் தேவைக்காக 'சிமெண்ட் விற்பனை', 'பஸ் சர்வீஸ்' போன்ற எத்தனையோ தொழில்கள் செய்தும் அவற்றில் வெற்றி பெறாமல் பின்னாளில் எழுத்தையே முழுநேரத் தொழிலாகக் கொண்டிருந்தார். 22 நாவல்களும் இரண்டு சிறுகதைத் தொகுப்புகளும், நாடகம் ஒன்றும் அவரது நூல்வடிவ எழுத்துக்கள். வசன கவிதைகளும் எழுதியுள்ளார்; வானொலி நாடகங்களை இயற்றியுள்ளார். காந்தியத்தில் ஈடுபாடு கொண்டவர். கதராடையே அணிந்து வந்தார். அவருக்குக் கடவுள் நம்பிக்கை இருக்கவில்லை. இறுதி ஆண்டுகளில் வறுமையில் உழன்று எழுத்து மூலம் வரும் சொற்ப வருமானத்தைக் கொண்டும் நண்பர்களின் உதவியுடனும் வாழ்க்கையை நடத்த வேண்டிய சூழலில் இருந்தார். 20-01-1977 அன்று தமது அறுபதாம் வயதில் இயற்கையெய்தினார்.

1944இல் அவரது முதலாவது சிறுகதைத் தொகுப்பு 'நந்தாவிளக்கு' வெளிவந்துள்ளது. அதன்பின் 1961இல் நந்தாவிளக்குடன் மேலும் சில சிறுகதைகள் சேர்க்கப்பட்டு 'மனமயக்கம்' என்னும் பெயரில் நூலாக வெளியிடப்பட்டுள்ளது. இத்தொகுப்பில் 22 சிறுகதைகள் உள்ளன. ஆர்.ஷண்முக சுந்தரத்தின் கதைகளாக இப்போது கிடைப்பவை இவையே (காண்க: இணைப்பு – 1). தொகுப்பில் சேர்க்கப்படாத இன்னும் சில கதைகள் அக்கால இதழ்களில் காணக் கிடைக்கின்றன. அவர் நிறைய வானொலி நாடகங்கள் எழுதியவர் எனக் கூறப்படுகின்றது. அவை தொகுப்பாக வெளிவரவில்லை. 'புதுப்புனல்' என்னும்

நீண்ட நாடகம் நூலாக வெளிவந்துள்ளது. 'ரோஜா ராணி' என்னும் சிறுவர் கதை நூல் ஒன்றையும் எழுதியுள்ளார்.

ஆர்.ஷண்முகசுந்தரம் எழுதியுள்ள நாவல்களின் எண்ணிக்கையை உறுதி செய்ய முடியவில்லை. 1969இல் அவரது படைப்புகள் குறித்து நடக்கவிருந்த கருத்தரங்கை ஒட்டி வெளியிடப்பட்ட 'நாவலாசிரியர் ஆர். ஷண்முகசுந்தரம் இலக்கியக் கருத்தரங்கு ஜனவரி 69' என்னும் சிறு வெளியீட்டில் 'இருபதுக்கும் மேற்பட்ட சொந்த நாவல்களை எழுதியுள்ளார்' என்று குறிப்பிடப்பட்டுள்ளது (ப.5). அதன் முன்பக்கம் கொடுக்கப்பட்டுள்ள பட்டியலில் 19 நூல்கள் இடம் பெற்றுள்ளன. அவற்றுள் சிறுகதைத் தொகுப்பும் நாடகமும் போக மீதம் 17 நூல்கள் நாவல்களாகும்.

அதன்பின் 'ஆர்.சண்முகசுந்தரம் நாவல்கள் ஓர் ஆய்வு' என்னும் தலைப்பில் முனைவர் பட்ட ஆய்வு செய்துள்ள மு.ஜான்சிராணி 'அவர் இருபத்தொரு நாவல்கள் எழுதியுள்ளார்' எனக் கூறிப் பட்டியல் கொடுத்துள்ளார் (ப.32). அப்பட்டியலில் 'புது வாழ்வு', 'புதுக்கிளை' என்னும் இரு நூல்கள் இடம் பெற்றுள்ளன. 'புது வாழ்வு' சரத்சந்திரர் எழுதிய நாவலின் மொழி பெயர்ப்பாகும். 'புதுக்கிளை' என்பது தாராசங்கர் பானர்ஜி எழுதிய நாவலின் மொழிபெயர்ப்பு. அவை அவரது சொந்த நாவல்கள் அல்ல. அப்பட்டியலில் உள்ள 'மலர்கள் மலரவில்லை' என்னும் நாவல் அவர் பெயரில் வந்திருந்தாலும் மொழிபெயர்ப்பே ஆகும். ஆகவே அவர் கொடுத்துள்ள பட்டியலில் மீதமுள்ளவை 18 நாவல்களே.

அதன் பின் 1994இல் வெளியான 'ஆர்.ஷண்முகசுந்தரத்தின் கொங்கு மணம் கமழும் நாவல்கள்' என்னும் நூல் 'மொத்தம் இருபத்தியொரு நாவல்கள்' எழுதியுள்ளார்' என்று குறிப்பிடுகிறது (ப.38). ஆனால் பட்டியலில் இருபது நாவல்களே இடம்பெற்றுள்ளன. அதிலும் 'எதிர்வீட்டு ஜன்னல்' என்னும் பெயரில் இடம் பெற்றுள்ள நூல் அவர் எழுதியதல்ல. 'தமிழ் நாவல்கள் அகர வரிசை '(ப.66) என்னும் நூலில்,

> சண்முகசுந்தரம், கோ.த., எதிர்வீட்டு ஜன்னல், சென்னை
>
> பிரேமா, ரூ.1, 1954

என விவரம் தரப்பட்டுள்ளது. 'கொங்கு மணம் கமழும் நாவல்கள்' நூலில் ஆண்டு 1964 எனக் கொடுக்கப்பட்டுள்ளது. பிற விவரங்கள் இல்லை. எனவே, வேறொரு சண்முகசுந்தரம் எழுதிய நாவலை ஆர்.ஷண்முகசுந்தரம் எழுதியதாகத் தவறாகக் கருதியமை தெளிவாகிறது. 1954 என்பது 1964 ஆக உருமாறியுள்ளது. மேலும் பிற பட்டியல்களிலும் அந்நூல் இடம் பெறவில்லை.

எனக்குக் கிடைத்த நூல்களின் அடிப்படையில் தயாரிக்கப்பட்ட பட்டியலில் இருபத்திரண்டு நாவல்கள் இப்போது இடம்பெற்றுள்ளன (காண்க:இணைப்பு – 2). முனைவர் பட்ட ஆய்வை மேற்கொண்ட காலத்தில் எனக்குக் கிடைத்தவை பதினாறு நாவல்களே ஆகும். அவை நாகம்மாள், பூவும் பிஞ்சும், பனித்துளி, அறுவடை, இதயதாகம், சட்டி சுட்டது, அழியாக்கோலம், காணாச்சுனை, மாயத்தாகம், அதுவா இதுவா? ஆசையும் நேசமும், தனிவழி, மனநிழல், வரவேற்பு, மூன்று அழைப்பு, உதயதாரகை ஆகியன. பிந்தைய தேடலில் எண்ணம் போல் வாழ்வு, விரிந்த மலர் (இவை இரண்டும் ஒரே நூலில் உள்ளன), மாலினி ஆகியவை கிடைத்தன. தேன்மழை நாவல் இதுவரை பார்க்கக் கிடைக்கவில்லை. 'தமிழ் நாவல்கள் (அகர வரிசை)' நூலில் வே.சீதாலட்சுமி கொடுத்துள்ள 'அலைகள்', 'யார் செய்த குற்றம்' ஆகிய இரு நாவல்களையும் இனித்தான் கண்டடைய வேண்டும். அவர் எழுதியவையாகத் தெரிய வருபவை இருபத்திரண்டு. எனக்குக் கிடைத்தவை பத்தொன்பது. இன்னும் தேடிக் கண்டடைய வேண்டியவை மூன்று.

ஆர். ஷண்முகசுந்தரம் நூற்றுக்கும் மேற்பட்ட மொழி பெயர்ப்புகள் செய்துள்ளார் எனக் கருதப்படுகிறது. பெரும்பான்மையும் வங்க மொழி நாவல்கள். அவற்றை இந்தி வழியாக மொழி பெயர்த்துள்ளார். சரத்சந்திரரின் நாவல்கள் அனைத்தையும் அவர் மொழிபெயர்த்துள்ளார் எனவும் கூறுகின்றனர். பங்கிம் சந்திரர், தாராசங்கர் பானர்ஜி உள்ளிட்ட வங்க மொழி எழுத்தாளர்களின் பல நாவல்களை மொழிபெயர்த்துள்ளார். அவரது மொழிபெயர்ப்புகளில் விபூதிபூஷண் பந்தோபாத்யாயவின் 'பதேர் பாஞ்சாலி', தாராசங்கர் பானர்ஜியின் 'கவி', அம்ருதா ப்ரீதத்தின் 'பாடகி' ஆகிய நாவல்கள் குறிப்பிடத் தகுந்தவை. ஆங்கிலம் வழியாக ஜேக் ஷாபரின் 'முன்னோடிகள்' சிறுகதைத் தொகுப்பும் முக்கியமானது.

ஆர்.ஷண்முகசுந்தரம் மொழிபெயர்த்தவை என ஆய்வாளர்கள் கொடுக்கும் பட்டியலில் பல குழப்பங்கள் உள்ளன. 'இன்ப நிலையம்' என்னும் பதிப்பகம் அவர் மொழிபெயர்ப்புகள் பலவற்றை வெளியிட்டுள்ளது. அப்பதிப்பக வெளியிடும் நூல்களின் முன்பகுதியில் ஓரிரு பக்கங்கள் ஒதுக்கி 'இன்ப நிலைய வெளியீடுகள்' என்னும் தலைப்பிட்டுத் தம் வெளியீடுகளின் பட்டியலைக் கொடுப்பது வழக்கம். 'சரத்சந்திரரின் நூல்கள்', 'பங்கிம் சந்திரரின் நூல்கள்' என்ற வகையில் பட்டியல்கள் அமைகின்றன. மொழிபெயர்ப்பாளரின் பெயரைப் பெரும்பாலும் தருவதில்லை. ஆர்.ஷண்முகசுந்தரம் மொழிபெயர்த்த நாவலொன்றில் அவ்வாறு கொடுத்திருக்கும் பட்டியலைப் பார்த்து அதில் உள்ளவை எல்லாம்

ஆர்.ஷண்முகசுந்தரம் மொழிபெயர்த்தவை என ஆய்வாளர்கள் தவறாகக் கருதிவிட்டனர்.

இன்ப நிலையத்திற்கு ஆர்.ஷண்முகசுந்தரம் மட்டுமல்லாமல் வி.எஸ்.வெங்கடேசன் என்பவரும் பல நூல்களை மொழி பெயர்த்துள்ளார். அந்தத் தகவல் மிகச் சில நூல்களில் மட்டுமே கிடைக்கிறது. பங்கிம் சந்திரரின் 'இனிப்பும் கசப்பும்' நாவலில் ஆர்.ஷண்முகசுந்தரம் மொழிபெயர்த்த சரத்சந்திரரின் நாவல்கள் எவை, வி.எஸ்.வெங்கடேசன் மொழிபெயர்த்தவை எனப் பிரித்துத் தந்த பட்டியல் உள்ளது. காலவெள்ளம், இருளில் ஒளி, பார்வதி, ஞானதா, விராஜ்குமாரி ஆகியவை வி.எஸ்.வெங்கடேசன் மொழிபெயர்த்தவை எனப் பட்டியல் கூறுகிறது. ஆனால் அவற்றை ஆர்.ஷண்முகசுந்தரம் மொழிபெயர்த்தவை என ஆய்வாளர் மு.ஜான்சிராணியும் அவரைத் தொடர்ந்து பிறரும் கருதிவிட்டனர்.

அதே போலப் பங்கிம் சந்திரர் நூல்களாக இன்ப நிலையம் வெளியிட்ட பட்டியலில் இனிப்பும் கசப்பும், ராஜசிம்மன், சீதாராமன், கபால குண்டலா, கணவனின் பரிசு, கிருஷ்ணகாந்தன் உயில், ஆனந்த மடம், மிருணாளினி ஆகியவை உள்ளன. அவற்றில் மொழிபெயர்ப்பாளர் பெயர் தரவில்லை. அவை அனைத்தையும் ஆர்.ஷண்முகசுந்தரமே மொழிபெயர்த்தவை எனவும் கருதிவிட்டனர். நூல்களைப் பார்க்காமல் பட்டியலை மட்டும் பார்த்து முடிவு செய்ததால் நேர்ந்த தவறு இது. நானும் அவ்வாறு கருதி அவர் மொழிபெயர்க்காத நூல்கள் சிலவற்றை இந்நூலின் முதல் பதிப்பில் கொடுத்துவிட்டேன். அப்பிழையை உணர்ந்து இப்பதிப்பில் திருத்தம் செய்துள்ளேன். எனக்குக் கிடைத்து ஆர்.ஷண்முகசுந்தரம் மொழிபெயர்த்ததுதான் என்பதை உறுதிப்படுத்திக் கொண்டவற்றையும் வே.சீதாலட்சுமி நூலில் தெளிவான விவரத்துடன் உள்ளவற்றையும் தொகுத்து இப்போது பட்டியல் கொடுத்துள்ளேன் (காண்க: இணைப்பு – 3). தேடல் இன்னும் தொடர்கிறது.

ஆர். ஷண்முகசுந்தரம் விடுதலைக்கு முன்னிருந்து எழுதியவர். ஆதலால் அவரது படைப்புகளைக் குறித்து ஆய்வுக் கட்டுரைகள், மதிப்புரைகள் ஓரளவுக்கு வந்துள்ளன. அவை அவரது படைப்புகளில் சமுதாயம், வட்டாரம் போன்ற தன்மை களில் உள்ளன. ஆர்.சண்முகசுந்தரம் நாவல்கள் – ஓர் ஆய்வு, கொங்கு வட்டார நாவல்கள் போன்ற தலைப்புகளில் சில முனைவர் பட்ட ஆய்வுகளும் செய்யப்பட்டுள்ளன. இவை தவிர மொழியியல் நோக்கிலும் ஓர் ஆய்வு செய்யப்பட்டுள்ளது. ஆர். ஷண்முகசுந்தரத்தின் 'கொங்கு மணம் கமழும் நாவல்கள்' என்னும் தலைப்பில் ஒரு நூல் வந்துள்ளது. சாகித்திய

அகாதமி வெளியிடும் இலக்கியச் சிற்பிகள் வரிசையில் சிற்பி பாலசுப்பிரமணியம் எழுதிய நூல் ஒன்றும் வெளியாகியுள்ளது.

அவரைப் பற்றி வந்துள்ள ஆய்வுகளில் குறிப்பிடத்தக்கதோர் கட்டுரை 'ஆர்.ஷண்முகசுந்தரத்தின் கிராமங்கள்' என்னும் தலைப்பில் சுந்தர ராமசாமி எழுதியதாகும். 'சண்முகசுந்தரத்தின் நாவல்கள்' என்னும் தலைப்பில் எஸ்.தோதாத்ரி எழுதிய கட்டுரை, தி.க.சிவசங்கரன் எழுதிய இருகட்டுரைகள், க.கைலாசபதியின் குறிப்புகள், க.நா.சுப்ரமணியம் பல நூல்களில் எழுதியுள்ளவை அனைத்தும் முக்கியமானவை. மேலும் ஆர். ஷண்முகசுந்தரம் படைப்புகள் பற்றிய கட்டுரைகள், மதிப்புரைகள் ஆகியவை இதழ்களிலும் பல்வேறு நூல்களிலும் சிதறிக் கிடக்கின்றன.

○○○

இணைப்பு: 1

சிறுகதை நூல்கள்

1. *நந்தா விளக்கு, 1944,* கோயம்புத்தூர், புதுமலர் நிலையம்.
2. *மனமயக்கம், 1961,* சென்னை, இன்ப நிலையம்.

'மனமயக்கம்' தொகுப்பில் உள்ள கதைகள்

1. வெற்றி, 2. பிழைத்த ஜோதி, 3. தறிகாரன், 4. ஒரு ஆசை, 5. திரும்பிய உயிர், 6. பழைய நினைவு, 7. கல்லினுள் தேரை, 8. அவன் தனி, 9. மன்னிப்பு, 10. நாடக முடிவு, 11. ஏழைப்பையன், 12. ஓட்டமும் ஓய்வும், 13. மனமயக்கம், 14. மண்ணாசை, 15. போர்த்தீ, 17. நந்தாவிளக்கு, 18. பாறையருகே, 19. தங்கம்மா, 20. கன்னிப்பெண், 21. வீணாகானம், 22. அமிர்தமும் விஷமும், 23. இந்துமதி

குறிப்பு: 'நந்தா விளக்கு' தொகுப்பில் 17 கதைகள் உள்ளன. அவற்றுடன் ஓட்டமும் ஓய்வும், தங்கம்மா, கன்னிப்பெண், வீணாகானம், அமிர்தமும் விஷமும், இந்துமதி ஆகிய ஆறு கதைகள் சேர்க்கப்பட்டு 'மனமயக்கம்' தொகுப்பு வெளியாகியுள்ளது.

○○○

இணைப்பு: 2

ஆர். ஷண்முகசுந்தரத்தின் நாவல்கள்

1. *நாகம்மாள், ஜூன் 1942,* கோயமுத்தூர்: புதுமலர் நிலையம்.
2. *பூவும் பிஞ்சும், 1944,* கோயமுத்தூர்: புதுமலர் நிலையம்.
3. *பனித்துளி, 1945,* கோயமுத்தூர்: புதுமலர் நிலையம்.

4. எண்ணம்போல் வாழ்வு, ஜனவரி 1960, சென்னை: இன்ப நிலையம்.
5. விரிந்த மலர், ஜனவரி 1960, சென்னை: இன்ப நிலையம்.
6. அறுவடை, செப்டம்பர் 1960, சென்னை: வேல் புத்தக நிலையம்.
7. இதயதாகம், அக்டோபர் 1961, சென்னை: குயிலன் பதிப்பகம்.
8. தேன்மழை, 1963, பிற விவரங்கள் அறிய இயலவில்லை.
9. அழியாக் கோலம், 1965, நாகப்பட்டினம், இமயப் பதிப்பகம்.
10. சட்டி சுட்டது, 1965, சென்னை: தமிழ்ப் புத்தகாலயம்.
11. மாலினி, ஆகஸ்ட் 1965, சென்னை: தமிழ்ப் புத்தகாலயம்.
12. காணாச்சுனை, செப்டம்பர் 1965, நாகப்பட்டினம், இமயப் பதிப்பகம்.
13. மாயத்தாகம், ஏப்ரல் 1966, சென்னை: வாசகர் வட்டம்.
14. அதுவா? இதுவா?, நவம்பர் 1966, நாகப்பட்டினம்: இமயப் பதிப்பகம்.
15. அலைகள், 1967, சென்னை: வானதி பதிப்பகம்.
16. ஆசையும் நேசமும், மார்ச் 1967, சென்னை: வைரம் பதிப்பகம்.
17. தனிவழி, அக்டோபர் 1967, சென்னை: தமிழ்ப் புத்தகாலயம்.
18. மன நிழல், டிசம்பர் 1967, சென்னை: வானதி பதிப்பகம்.
19. மூன்று அழைப்பு, மே 1969, சென்னை: மாருதி பதிப்பகம்.
20. வரவேற்பு, செப்டம்பர் 1969, சென்னை: V. மாணிக்கம் கம்பெனி.
21. உதயதாரகை, 1969, சென்னை: பழனியப்பா பிரதர்ஸ்.
22. யார் செய்த குற்றம், ஆண்டு தெரியவில்லை, சென்னை: வானதி பதிப்பகம்.

பிற நூல்கள்

1. புதுப்புனல் (நாடகம்), 1961, சென்னை: இன்ப நிலையம்.
2. ரோஜா ராணி (சிறுவர் கதைகள்), 1968, சென்னை: ஆனந்த் பப்ளிகேஷன்ஸ்.

ooo

இணைப்பு: 3

மொழிபெயர்ப்பு நாவல்கள்

அ. சரத்சந்திரர் நாவல்கள்

1. அசலா, ஆ.இ., சென்னை: சக்தி காரியாலயம்.
2. அமர்நாத், 1965, சென்னை: வைரம் பதிப்பகம்.

3. அனுபமா, 1959, கோயமுத்தூர்: மெர்க்குரி புத்தகக் கம்பெனி.
4. அன்பு உள்ளம், 1961, சென்னை: மல்லிகா பதிப்பகம்.
5. உரிமைக்குரல், ஆ.இ., சென்னை: இன்ப நிலையம்.
6. கர்வ பங்கம், ஆ.இ., சென்னை: இன்ப நிலையம்.
7. சந்தியா, 1961, கோயமுத்தூர்: மெர்க்குரி புத்தகக் கம்பெனி.
8. சந்திரநாத், 1957, சென்னை: இன்ப நிலையம்.
9. சாவித்திரி, 1948, திருச்சி: சுதந்திரா டிரேடிங் கார்பரேஷன்.
10. தூய உள்ளம், 1961, கோயமுத்தூர்: மெர்க்குரி புத்தகக் கம்பெனி.
11. பழிக்குப் பழி, 1959, கோயமுத்தூர்: மெர்க்குரி புத்தகக் கம்பெனி.
12. பள்ளி நட்பு, 1961, கோயமுத்தூர்: மெர்க்குரி புத்தகக் கம்பெனி.
13. புதுமணப்பெண், 1957, சென்னை: இன்ப நிலையம்.
14. புதுவாழ்வு, 1961, சென்னை: இன்ப நிலையம்.
15. புயல் ஓய்ந்தது, 1959, சென்னை: மெர்க்குரி புத்தகக் கம்பெனி.
16. பைரவி, 1961, சென்னை: இன்ப நிலையம்.
17. மாலதி, ஆ.இ., சென்னை: ஸ்டார் பிரசுரம்.
18. ரமா, 1957, சென்னை: இன்ப நிலையம்.
19. ராஜலஷ்மி, 1959, சென்னை: ஏ.கே.கோபாலன்.
20. வைகுந்தன் உயில், 1952, சென்னை: இன்ப நிலையம்.
21. ஜமீந்தாரிணி, 1950, சென்னை: இன்ப நிலையம்.

உ. தாராசங்கர் பானர்ஜி

22. அபலையின் கண்ணீர், 1980, சென்னை: பழனியப்பா பிரதர்ஸ்.
23. கவி, 1964, நாகப்பட்டினம்: இமயப் பதிப்பகம்.
24. தியாகி, 1964, நாகப்பட்டினம்: இமயப் பதிப்பகம்.
25. நிலத்தின் கீதம், 1963, சென்னை: குயிலன் பதிப்பகம்.
26. நீதிபதி, 1968, சென்னை: ஸ்டார் பிரசுரம்.
27. நீரஜா, 1970, சென்னை: ஸ்டார் பிரசுரம்.
28. பஞ்ச மூர்த்தி, 1967, சென்னை: ஸ்டார் பிரசுரம்.
29. புதுக்கிளை, 1968, சென்னை: சேகர் பதிப்பகம்.
30. மேகத்திரை, 1965, சென்னை: குயிலன் பதிப்பகம்.
31. ராதா, 1964, நாகப்பட்டினம்: இமயப் பதிப்பகம்.

32. ராஜதாமரை, 1963, சென்னை: குயிலன் பதிப்பகம்.

33. வைகறை, 1962, சென்னை: இன்ப நிலையம்.

௩. ரமேஷ் சந்திர தத்தர்

34. மலர்ந்த உள்ளம், 1960, சென்னை: இன்ப நிலையம்.

35. மாதவி கங்கணம், 1961, சென்னை: இன்ப நிலையம்.

௪. அம்ருதா ப்ரீதம்

36. பாடகி, 1966, நாகப்பட்டினம்: இமயப் பதிப்பகம்.

௫. உபேந்திரநாத்

37. அமலா, 1966, நாகப்பட்டினம்: இமயப் பதிப்பகம்.

௬. பங்கிம் சந்திரர்

38. இனிப்பும் கசப்பும், 1961, சென்னை: இன்ப நிலையம்.

௭. மாணிக்க வந்யோபாத்யாய

39. பத்மா நதிப் படகோட்டி, 1968, சென்னை: தேவி நிலையம்.

௮. வனபூல்

40. கண்ணோட்டம், 1967, சென்னை: மாருதி பதிப்பகம்.

௯. விபூதிபூஷண் பந்தோபாத்யாயா

41. பதேர் பாஞ்சாலி, 1964, கோயமுத்தூர்: மெர்க்குரி புத்தகக் கம்பெனி.

௰. விபூதிபூஷண் முகோபாத்யாய

42. நீல மோதிரம், 1964, கோயமுத்தூர்: மெர்க்குரி புத்தகக் கம்பெனி.

௧௧. விமல மித்ர

43. மிதுனலக்னம், 1970, சென்னை: ஸ்டார் பிரசுரம்.

௧௨. ஸ்ரீயீஸ்வர் பட்லீகர்

44. கால நதி, 1967, சென்னை: சேகர் பதிப்பகம்.

௧௩. ஆசிரியர் பெயர் தெரியாத நாவல்

45. மலர்கள் மலரவில்லை, 1968, சென்னை: தமிழ்ப் பண்ணை.

௧௪. ஜேக் ஷாபர்

46. முன்னோடிகள் (சிறுகதைகள்), 1956, கோயமுத்தூர்: புதுமலர் நிலையம்.

●

2

படைப்புலகம்

ஆர். ஷண்முகசுந்தரம் கொங்கு நாட்டுக் காங்கயம் வட்டத்தில், கீரனூர் என்ற கிராமத்தில் பிறந்தவர். பள்ளிப் படிப்பின் பொருட்டு கோவை, சென்னை ஆகிய ஊர்களில் சில காலம் இருந்தவர். பின்னர், தொழில் தொடர்பான வாழ்க்கையில் கோவையிலேயே நிலையாகத் தங்கிவிட்டவர். கோவை என்றாலும் இப்போதைய நகரம் போன்ற தல்ல அப்போது. நகரமாக உருமாறிக் கொண்டிருந்த காலம். கோவையில் இருந்தபோதும், கீரனூரோடு தொடர்பு கொண்டிருந்தவர். அந்த வாழ்க்கையில் உண்மையான ஈடுபாடு கொண்டிருந்தவர். கீரனூர், சிவியார்பாளையம், வெங்கமேடு, ராசிபாளையம், ஒரத்தபாளையம் என்று அவர் எழுத்துக்கள் அனைத்தும் அந்தச் சிற்றூர்களையே சுற்றி வருபவை. மிஞ்சிப் போனால், அவர் காட்டும் மக்கள் ஈரோடு, திருப்பூர், கோவை ஆகிய மூன்று நகரங்களுக்கும் எப்போதாவது போய் வருபவர்கள்.

அவருடைய காலச்சூழல் மேலும் முக்கிய மானது. அருகில் இருக்கும் மூன்று நகரங்களும் அப்போதுதான் உருவாக்கம் பெற்றுக்கொண் டிருந்தன. தொழில் தொடர்பான வளர்ச்சியில் முன்னேறிக் கொண்டிருந்தன. கோவையில் நூற்பாலைகள் (மில்கள்) பெருமளவில் உருவாகின. திருப்பூரில் 'பனியன் கம்பெனிகள்' ஏற்பட்டுக் கொண்டிருந்தன. ஈரோடு துணிவகைகளுக்கு மைய நகரமாக உருமாறியபடி இருந்தது. இந்த மூன்று நகரங்களின் வளர்ச்சியும் சுற்றுவட்ட கிராமங்களைப் பெருமளவில் பாதித்தன. அந்த

மக்களின் வாழ்க்கையை அவர்களுக்கே தெரியாமல் உருமாற்றின. ஷண்முகசுந்தரத்தின் நாவல்கள் இந்தச் சூழலில்தான் எழுந்தன.

இப்பின்னணியில் ஷண்முகசுந்தரத்தின் படைப்புகளை அவை செயல்படும் களத்தின் அடிப்படையில் இரண்டு வகையாகப் பிரிக்கலாம். அவை கிராமத்தை மட்டும் கொண்டு எழுதப்பட்டவையும், கிராமத்தை மட்டும் முதன்மையாகக் கொண்டு நகரத்தில் செயல்படுவதாக எழுதப்பட்டவையும் ஆகும். தொடக்க கால நாவல்கள் மூன்றும் (நாகம்மாள், பூவும் பிஞ்சும், பனித்துளி) முதல் வகையைச் சேர்ந்தவை; இரண்டாம் கட்ட நாவல்களில் அறுவடை, சட்டி சுட்டது ஆகிய இரண்டு நாவல்களும், மாயத்தாகம், வரவேற்பு ஆகியவையும் முதல் வகையைச் சேர்ந்தவையே. பிற நாவல்கள் அனைத்தும் இரண்டாம் வகைப்பட்டவை.

கொங்கு நாடு பழங்காலத்திலிருந்தே தமிழ்நாட்டோடு பெரிதும் தொடர்பற்று இருந்த ஒரு பகுதியாகும். எந்தப் பெரிய மன்னரின் ஆட்சியின் கீழும் அது இருந்ததில்லை. காரணம், மலைகள் சூழ்ந்த, பெரும்பகுதியும் வறட்சியான நிலப்பகுதியைக் கொண்ட நாடாகும். இப்பகுதி மக்களின் வாழ்க்கையும்கூடப் பிற பகுதி மக்களிடமிருந்து குறிப்பிடத்தக்க அளவில் வேறுபாடு கொண்டதாகும். அவர்களின் பழக்க வழக்கங்கள், பண்பாடுகள், வாழ்வியல் முறை முதலிய யாவற்றிலும் சொல்லத்தக்க வேறுபாடுகள் உள்ளன. அதற்கேற்ப அவர்களின் உளப்பாங்கும் சிக்கல்களும் அமைகின்றன.

கொங்கு நாட்டு மக்களில் சாதிப்பிரிவினைகள், எல்லாப் பகுதிகளிலும் உள்ளது போலவே காணப்படுகின்றன. வறட்சியான பகுதியாதலால், இங்கு பார்ப்பன சாதியைச் சேர்ந்தவர்கள் மிகக்குறைவு. பெருங்கோவில் இருக்கும் இடங்களைத் தவிர, கிராமங்களில் அவர்களைக் காண்பது அரிது. அவர்கள் அல்லாமல் கிராம மக்களிடத்தில், ஆதிக்க சாதியினர், இடைநிலைச் சாதியினர், தாழ்த்தப்பட்டோர் என்னும் முப்பிரிவுகள் உள்ளன. ஆர். ஷண்முகசுந்தரம், முதலியார் சாதியில் பிறந்தவர். கொங்குப் பகுதியில் உழவுக்குக் கவுண்டர்களும், நெசவுக்கு முதலியார் களும் என ஆதிக்க சாதியில் இருபெரும் சாதிகள் உள்ளன. கவுண்டர்களுக்கும் முதலியார்களுக்கும் திருமண உறவு இருக்காதே தவிர, மற்றபடி போக்குவரத்து, தொடர்புகள் முதலியன ஒரே சாதியினர் போலவே அமையும். ஷண்முகசுந்தரத்தின் நாவல்களில் இந்த இரு சாதியினரின் வாழ்க்கையே பேசப்படுகின்றது. பெரும்பாலும் கவுண்டர்களின் வாழ்க்கையும், ஒரு சில நாவல்களில் மட்டும் முதலியார்களின் வாழ்க்கையும் கருவாக அமைகின்றன. முதலியார்களுக்கு நெசவே தொழிலாக இருந்த

போதும், சொந்தமாக நிலம் வைத்திருப்பவர்களைப் பற்றியே ஷண்முகசுந்தரம் எழுதுகிறார்.

கொங்கு நாட்டுக் கிராம வாழ்வில் நில உடைமையாளர்களின் வாழ்க்கையை, அவர்களின் நோக்கில் இருந்து ஷண்முகசுந்தரம் படைத்திருக்கிறார். நிலம் வைத்திருப்பவர்களிலும் இரண்டு வகையினர் உள்ளனர். தங்கள் நிலத்தில் தாங்களே பாடு பட்டால்தான் வாழ முடியும் என்னும் அளவுக்குக் குறைந்த நிலம் கொண்ட சிறு விவசாயிகள்; நில வேலைக்கு 'ஆள் அம்பு'களை வைத்துக்கொண்டு மேற்பார்வை செய்யும் அளவு நிலம் கொண்ட பெரும் விவசாயிகள் (அவர்கள் பண்ணையார்கள் அல்லது 'பண்ணாடி'கள்). இரு சாராரின் சிக்கல்களுக்கும் வேறுபாடுகள் உள்ளன. சமூக வளர்ச்சிப் போக்கில் இவர்களுடைய வாழ்நிலை யும் மாறுகிறது. வாழ்நிலை மாறும்போது, உறவுகளில் சிக்கல்கள் எழுகின்றன.

நாகம்மாள் நாவல் சிறு விவசாயிகளின் வாழ்க்கை பற்றியது. சின்னப்பனுக்கும் அவன் அண்ணனுக்கும் சொந்தமானது சிறிய அளவு நிலம். அவனுடைய அண்ணன் இறந்து பத்து ஆண்டுகள் ஆகின்றன. அண்ணன் மனைவி நாகம்மாள், அவளுடைய குழந்தை முத்தாயா, சின்னப்பன், அவன் மனைவி ராமாயி – என நான்கு பேர்களைக் கொண்டது அந்தக் குடும்பம். பொதுவாக, ஒரே குடும்பமாக இருந்த போதும், இரண்டு தனிக் குடும்பங்கள் சேர்ந்த கூட்டுக் குடும்பம் அது. அவர்களுடைய உரிமையான சிறிய அளவு நிலத்தைச் சம்பாதித்தவன் சின்னப்பனின் அண்ணன்தான். ஆனால் அண்ணனின் சாவுக்குப் பிறகு நில உரிமை தம்பிக்கு வருகிறது. அண்ணன் மனைவி, தம்பி நிழலில் வாழ்கிறவளாக உள்ளாள்.

பொதுவாக, பெண்ணுக்கென்று தனியாகச் சொத்தின் மேல் எந்த உரிமையும் இல்லை. பிறந்த வீட்டில் அவளுக்குச் சொத்துரிமை கிடையாது. தந்தை, தமையன்கள், அவளுக்குத் திருமணம் செய்து விடும் பொறுப்புடையவர்கள்; அத்தோடுசரி. புகுந்த வீட்டில் கணவனுடைய சொத்துதான் அவளுடையது. அதுவும் கணவன் இருக்கும்வரைதான். குழந்தைப்பேறு இல்லாமல் கணவன் இறந்துவிட்டால், கணவனின் சொத்தில் அந்தப் பெண்ணுக்கு எந்த உரிமையும் இல்லை. அவள் பிறந்த வீட்டுக்குப் போய்விட வேண்டியதுதான். அவளுடைய உயிர் வாழ்க்கைக்காகக் கணவனைச் சேர்ந்த பங்காளிகள் இரக்கப்பட்டு, ஏதாவது பணம், பொருள் கொடுத்தால் உண்டு. இல்லாவிட்டால் பிறந்தவீட்டில், கூலி இல்லா வேலைக்காரியாக வாழ வேண்டியதுதான். கணவன் இறந்தாலும் குழந்தைகள் அவளுக்கு இருக்கின்றன; அதுவும் ஆண் குழந்தைகள். இந்த

நிலையில் மகன்களுக்கு இருக்கும் சொத்துரிமையினால் அவள் புகுந்த வீட்டோடே இருக்க வேண்டியவளாகிறாள். மகன்கள் ஆளாகும்வரை பங்காளிகளோடு சேர்ந்திருக்கக் கடமைப்பட்டவள். அதற்குப்பின் மகன்களைச் சார்ந்திருக்கலாம். அவளுக்கு ஆண் குழந்தைகள் இல்லை; பெண் குழந்தைகள் என்றால் சட்டம் சிறிது மாறும். அப்போதும் அவள் புகுந்த வீட்டோடே இருக்கத் தகுதியுடையவள். ஆனால், சொத்துரிமை அவளுக்கும் இல்லை; அவள் பெண்ணுக்கும் இல்லை. கணவனின் பங்காளி வீட்டில் சேர்ந்து வாழ்கிற அவளுக்கு, வாழ்நாள் முழுக்கக் கஞ்சி ஊற்றும் பொறுப்பு பங்காளிகளுக்கு உண்டு. அவளுடைய பெண்ணுக்கும் அவர்களே திருமணம் செய்து வைப்பார்கள்.

இதில் மூன்றாம் நிலை உடையவள் நாகம்மாள். அவளும் அவள் பெண்ணும் கணவனின் தம்பி சின்னப்பன் குடும்பத்தோடு சேர்ந்து வாழ்கின்றனர். இருக்கிற சொத்தை விற்றுவிட்டுக் கொழுந்தன், மாமியார் வீட்டுக்குப் போய்விடுவான் என்கிற நிலை வரும்வரை அவர்கள் குடும்பத்தில் எந்தச் சிக்கலும் இல்லை. வீட்டு வேலைகளையும் காட்டு வேலைகளையும் பார்த்தபடி நாகம்மாள் 'ராணிபோல' ஆதிக்கம் செலுத்திக் கொண்டிருக்கிறாள். ராமாயியும் கூட நாகம்மாள் சொல்படியே நடக்கிறவள்தான். அவர்களுக்குள் சிறுசிறு சிக்கல்கள் தவிர வேறொன்றும் இல்லை. ஆனால் கொழுந்தன் சொத்துக்களை விற்றுக்கொண்டு மாமியார் வீட்டிற்கே போய்விடுவான் என்ற பேச்சு வரும்போது நாகம்மாள் நிலை கேள்விக்குரியதாகிவிடுகிறது.

> அவளுக்கென்ன வந்து விட்டது? இருந்தால் வீட்டைக் காத்துக்கிட்டு இருந்திருக்கிறாள். இல்லாது போனா அங்கதான் வரட்டுமே. இனி அவளுக்கென்ன, குழந்தை பெரிசானால் சித்தப்பன் இருக்கிறாங்க. கலியாணம் காட்சி எல்லாம் பாத்துக்கறாங்க

(நாகம்மாள், ப.78.)

என்பது சின்னப்பன் மாமியாரின் வாக்கு. எங்கிருந்தாலும் சோறும் சேலையும்தான் நாகம்மாளுக்குத் தேவை. வேறு அவளுக்கென்று எந்த உரிமையும் இல்லை. 'ராணி போல' ஆதிக்கம் செலுத்தி வந்த நாகம்மாளால் இதனை எவ்வாறு ஏற்றுக்கொள்ள முடியும்? அவளுக்குக் குழந்தை இருக்கிறது. மேலும் சொத்தோ அவள் கணவன் சம்பாதித்தது. அதனால் சொத்தில் பங்கு கேட்கத் துணிகிறாள். கைம்பெண் சொத்தில் பங்கு கேட்பதோ, பங்கு கொடுப்பதோ நடைமுறையில் இல்லாத ஒன்று. கொங்குச் சமூகத்தின் மனிதர்கள் யாரும் அதை ஏற்றுக் கொள்கிறவர்கள் இல்லை. வெளியூர் மனிதரான ராமசாமி கூட,

> இவளுக்குப் பங்கு பாகை சரியாகக் கொடுக்க வேணுமின்னா கேட்பவர்கள் சிரிப்பார்களே! (ப.100)

என்றுதான் நியாயம் பேசுகிறார். ஆனால் நாகம்மாள் பழைய நியாயங்கள் எதையும் கவனிப்பவளாக இல்லை. கொழுந்தனின் மாமியார் வீட்டுக்குத் தான் ஏன் போக வேண்டும் என்று சிந்திக்கிறாள். தன் கணவன் சொத்தில், தான் வாழ முடியாதா? மூன்றாம் மனிதர் ஒருவர் வீட்டில் சோற்றுக்கும், சேலைக்கும் நாய்போல் காத்துக்கிடப்பதா?

> கட்டறுத்துக் கொண்டு பத்து நாள் இருந்தாலும் அதுவே அடிமையாக, பத்தாயிரம் வருசம் இருப்பதைவிட மேலல்லவா? எனக்கென்று தனியாக எல்லாம் இருக்க வேண்டும். நான் நினைத்தால் எதையும் செய்ய வேண்டும். என் மகளுக்கு நகை நகையாகப் பூட்டிப் பார்க்க வேண்டும். இந்தப் பிசினாரிகள் அதற்கு சம்மதிப்பார்களா?.... யார் சம்பாதித்த சொத்து? என் புருசன் சொத்து என்க்குச் சேராதா? (ப.125)

என்றெல்லாம் சிந்திக்கும் நாகம்மாளுக்குக் கேட்டவுடன் சொத்து கிடைத்து விடுவதில்லை. அதற்கென்று இருக்கும் சமூகக் கட்டுத்திட்டங்கள் சாதாரணமாக நெகிழ்ந்து கொடுப்பவை அல்ல. அவள் கோரிக்கையை நிறைவேற்ற ஊர்ப் பெரிய மனிதர்கள் தயவு இருந்தால் முடியலாம். ஆகவே, அதைத் திரட்டுவதற்கு அவள் முயல்கிறாள். 'தண்டுவனாக'ச் சுற்றிக் கொண்டிருக்கும் கெட்டியப்பன் மூலமாக, மணியக்காரர் போன்றவர்கள் ஆதரவு கிடைத்துவிட்டால், அவளுக்கும் நான்கு பேர் நியாயம் சொல்ல வருவார்கள்; பங்கைப் பிரித்துக் கொள்ளலாம்.

இந்த நிலையில், குடும்பத்திற்குள் – உறவுகளுக்குள் விரிசல்கள் உருவாகின்றன. நாகம்மாள் பெண்ணாக இருப்பதால், இந்த விரிசல் பிளவாக மாற வேறு வலுவான காரணங்களும் சேர்ந்து விடுகின்றன. ஒரு கைம்பெண் என்ன காரணத்திற்காக இருந்தாலும் சரி, ஒரு ஆடவனைச் சந்திப்பதை நான்கு பேர் என்ன சொல்வார்கள்? 'கோவிலுக்குப் பின்புறத்தில் நாகம்மாள் கெட்டியப்பனுக்கு என்னவோ மடியிலிருந்து எடுத்துக் கொடுப்பதைப் பார்க்கும் ராமாயி மட்டுமல்ல; யாரும் முகத்தைச் சுளித்துக்கொண்டுதான் போவார்கள். (ப.29) ஆணும் பெண்ணும் பேசினாலே, அவர்கள் படுக்கைக்குப் போவதைப் பற்றித்தான் பேசுவார்கள் என்று நினைக்கிற சமூக அமைப்பு நிலவுகிறது. இன்னும் இளமையும் வாளிப்பும் கொண்ட கைம்பெண்ணான நாகம்மாள், கெட்டியப்பனைச் சந்திப்பதை வேறு என்ன கண்ணோட்டத்தோடு பார்ப்பார்கள்? (ப.34)

இருந்தாலும் ஒரு பொம்பள, அத்தனை பேருக்கெதிரில் கெட்டியப்பனோடு அப்பிடி சிரிப்பும் விளையாட்டுமா இருப்பாளா? (ப.34)

என்று கேட்கத்தான் செய்வார்கள். நாகம்மாள் வேறு செயலுக்காகக் கெட்டியப்பனைத் தேடிப் போனாலும்கூட, அதில் 'குடும்ப மானம்' அடங்கியிருப்பதாகச் சின்னப்பன் எண்ணுகிறான். 'என் மானம் போகுதே' என்று வேதனையும், கோபமும் கொள்கிறான் சின்னப்பன் (ப.110). பெண்ணின் நடத்தையில் குடும்ப மானம் அடங்கியிருக்கிறது என்கிற கருத்துக்கு நாகம்மாள் பலியாகிறாள். கெட்டியப்பனோடு கொண்ட உறவின் காரணமாகத்தான், அவள் பங்கைப் பிரித்து விடச் சொல்லிக் கேட்கிறாள் என்றே எல்லோரும் நினைக்கின்றனர். உண்மையில், நாகம்மாள் பங்கு பிரிக்கும் வேட்கையில்தான் கெட்டியப்பனைச் சந்திக்கிறாள். அவர்கள் சந்திப்பில் வேறு எதுவும் நிகழுவதில்லை. பெண்ணின் பக்கம் நியாயம் இருந்தால்கூட பெண் என்பதாலேயே அவை மறுக்கப்படுகின்றன.

'நாகம்மாளின்' குடும்ப உறவு, நாகம்மாள் – சின்னப்பன்; நாகம்மாள் – ராமாயி; சின்னப்பன் – ராமாயி என்கிற வகையில் அமைகின்றது. நாகம்மாளுக்கும் சின்னப்பனுக்குமான உறவு, அண்ணி – கொழுந்தன் முறை கொண்டது. அண்ணியோடு அளந்து பேசுகிற அவன், அவள் மேல் பெரும் மரியாதை கொண்டிருக்கிறான். அவள் தன் கட்சிக்கு எதிரான ஆட்களுடன் தொடர்பு வைத்துக் கொள்வதுதான் அவர்களுக்கிடையே ஏற்படும் உறவுச் சிக்கலுக்குக் காரணமாகின்றது. அவள் யாரையும் துணைக்கு அழைத்துக் கொள்ளாமல் நேராகச் சின்னப்பனிடமே கேட்டிருப்பாளானால் அவன், சொத்தைப் பிரித்துக் கொடுத்திருப்பான் என்றுகூடத் தோன்றுகிறது. நாகம்மாளும்கூட சின்னப்பனிடம் சொத்தைக் கேட்பதில் எவ்வளவோ தயக்கம் காட்டுகிறாள். குடும்ப மானம், சின்னப்பனின் அன்பு எல்லாவற்றையும் எண்ணிப் பார்க்கிறாள்.

பெரிய குடும்பத்துக்கு அவக்கேடாக வந்து சேர்ந்தேனே தலைமுறை தலைமுறையாக ஐக்கியமாக வாழ்ந்திருந்தவர்களுக்குக் கெட்ட பெயர் உண்டு பண்ணப் பார்க்கிறேன். பங்கு பிரிக்க வேணுமென்று பாழ்படுத்த ஆரம்பிக்கிறேன். ஐயோ, சின்னப்பன் எவ்வளவு அன்பாக வைத்திருக்கிறான். ஒரு வார்த்தை காரமாகச் சொல்வானா? (ப. 124)

என்றெல்லாம் சிந்தித்தாலும்கூட, அவள் சிந்தனையில் பிரிவு என்கிற எதிர்ப்பக்கம் தான் வெற்றி பெறுகிறது. நாகம்மாளும் சின்னப்பனும் நல்லவர்களாகவே இருந்தபோதும், அப்போதைய சூழல்தான் அவர்களுக்கிடையே சிக்கலைத் தோற்றுவிக்கிறது.

கூட்டுக் குடும்பத்துப் பெண்களுள் சுமூகமான உறவு இருப்பதற்கான வாய்ப்புப் பெரிதும் இல்லை. சமையலறைப் பொறுப்பை ஏற்றுக் கொள்வதே பெரிய அதிகாரம் கிடைத்து விட்டதைப் போன்று மகிழ்ச்சி கொள்ளக் காரணமாகின்றது. அத்தோடு ஆண்களிடம் நல்ல பெயர் எடுப்பதற்கும் அவர்களுக் கிடையே போட்டி. சிறு விவசாயக் குடும்பத்துப் பெண்களிடம் இத்தகைய கூட்டுக் குடும்ப உறவுச் சிக்கலில் சிறு வேறுபாடுகள் உண்டு. வீட்டில் மட்டுமல்லாமல், நிலத்திலும் வேலை செய்கிறவர்கள். என்றாலும், அவர்களுக்கிடையே ஏற்படும் உறவுச் சிக்கல் சிறுசிறு காரணங்களில் நிலை கொள்கிறது. நாகம்மாள் சொல்வதே அங்கு சட்டம்; ராமாயி அடங்கிப் போகிறவள்தான். ஆனால் பொறுக்க முடியாமல், சில சமயங்களில் அவளையும் அறியாமல் பேசிவிடும் சில சொற்கள், பெரும் மனப்பிளவுக்குக் காரணமாகி விடுகின்றன. நாமகம்மாள் கூட்டுக் குடும்பத்தில் இருந்து திமிறி வெளிவர முயல்கிற பெண்; ராமாயி அதற்குள் இருந்து கொண்டு அதனைக் கட்டிக் காக்கிற பெண். இந்த நேர் எதிர்வினையே இருவருக்குமான உறவுச் சிக்கலுக்குக் காரணமாகின்றது.

சின்னப்பனுக்கும் ராமாயிக்குமான உறவு சுமூகமானது. கணவன் – மனைவி என்ற போதிலும் அவர்களுக்கு இடையே சுமூகமான உறவு நிலவப் பெரிய காரணமாக, நாகம்மாள் இருக்கிறாள். நாகம்மாளின் நடவடிக்கைகளுக்கு எதிரான நிலையில் அவர்கள் இருவரும் இணைய வேண்டியிருக்கிறது. எப்படியிருந்தாலும் அவர்களுக்கிடையேயான சிக்கலில் கணவனைச் சார்ந்தே நிற்க வேண்டியவள் ராமாயி. நாகம்மாள், சின்னப்பன், ராமாயி – மூவரும் வெறுப்புப் பாராட்டாத ஓர் உறவு குழந்தை. குழந்தைகூட அவர்களுக்கிடையேயான சிக்கலுக்குக் காரணமாக இருக்கலாம் என்று தோன்றுகிறது. நாகம்மாளின் குழந்தை என்ற போதும் சின்னப்பன் – ராமாயி இடமே குழந்தைக்கு ஒட்டுதல் இருக்கிறது. நாகம்மாள் வீட்டை விட்டு வெளியேறும்போது கூட, குழந்தை அவளோடு வர மறுத்துவிடுகிறது.

இவ்வாறெல்லாம் 'நாகம்மாள்' நாவலை நாம் பகுத்துப் பார்க்கும்போது, அதற்குப் பிறகு ஏறத்தாழ இருபது ஆண்டுகள் கழித்து எழுதப்பட்ட சட்டி சுட்டது நாவலையும் அதனோடு ஒப்பிட வேண்டியுள்ளது. சட்டி சுட்டது 1960களில் வெளிவந்த போதும், அக்கதை நிகழும் காலம் விடுதலைக்கு முன்னானதாகும்.

> *இரண்டாவது யுத்தம் முடிந்த நாலைந்து வருடத்திற்குப் பிறகுதான் வியாபாரிகள் இரண்டொருவர் அந்தப் பக்கம் எட்டிப் பார்க்கத் தொடங்கியிருக்கிறார்கள்.*
>
> *(சட்டி சுட்டதடா, ப.26)*

என்னும் குறிப்பின் மூலமாக, நாவலின் கதை நிகழும் காலம் விடுதலைக்கு முன் என்பதை அறியலாம். நாகம்மாள் நாவலும் ஏறக்குறைய அதே காலகட்டம்தான். ஒரே காலகட்டத்தைப் பின்னணியாகக் கொண்டுள்ள இந்த இரு நாவல்களின் கதையிலும் ஒற்றுமை உள்ளது. சொத்துப் பங்கு கேட்டுத் தனியாகப் போய்விட விரும்புகிறாள் நாகம்மாள். சாமியப்ப கவுண்டரோ, மகன்களோடு மன வருத்தம் கொண்டு, மகளோடு தனியாகக் காட்டுச் சாளைக்கு வந்து விடுகிறார். நாகம்மாள் பெண்; தனக்குரிய உரிமையை நிலைநாட்ட அவள் எத்தனையோ வழிகளில் முயல வேண்டி இருக்கிறது. சாமியப்ப கவுண்டருக்கு அந்த நிலை இல்லை. மகன்களோடு ஒன்றாக வாழ்வதில் சிக்கல் ஏற்பட்டதும்,

> "தம்முடைய மகளிடம்கூட முன்தினம் இரவுதான் அம்மணி!" புறப்படாத்தா போயிரலாம் என்று திடீரெனச் சொன்னார் *(ப.24).*

உடனே வெளியேறி விட்டார்கள். நாகம்மாள் நடத்த வேண்டியிருந்த போராட்டத்தின் எந்தத் தன்மையும் சாமிக் கவுண்டருக்கு வேண்டியிருக்கவில்லை. சொத்தைப் பிரிக்க வேண்டிய கட்டாயம் அவருக்கில்லை என்றாலும், கூட்டுக்குடும்பக் கட்டுக்குள் இருந்து, மிக எளிதாக அவரால் விலகிவிட முடிகிறது. அதற்குக் காரணம் முடிவெடுக்கும் உரிமையுடைய ஆணாக அவர் இருப்பதுதான்.

கூட்டுக்குடும்பத்திற்குள் இருந்து வெளியேறுவது தொடர்பான கருவே இரண்டு நாவல்களுக்கும் அடிப்படை. என்றாலும், பிரிவதற்கான போராட்டமாக 'நாகம்மாளும்', பிரிந்த பின்னும் தொடரும் உறவுச் சிக்கல்களைப் பேசுவதாகச் 'சட்டி சுட்டதும்' அமைந்துள்ளன. 'சட்டி சுட்டது'வைப் பொருத்தவரைக்கும் பிரிவினைக்கான காரணமாகத் தலைமுறை இடைவெளியைச் சொல்லலாம். குடும்பத் தலைவன் இட்டதே சட்டம் என்றிருக்கும் கூட்டுக் குடும்ப அமைப்பில், சாமியப்ப கவுண்டர் காலத்தில் பெரும் மாற்றம் ஏற்பட்டு விடுகிறது. சாமியப்ப கவுண்டரோ அவற்றை எல்லாம் கண்டறியாத பழங்கால ஆள். அவருடைய காலம் இப்படிப்பட்டது.

> தம்முடைய தகப்பனாருக்கு எதிரில் நின்று கவுண்டர் பேசியது கிடையாது. விவாதித்ததில்லை. அத்தனை மரியாதை. திண்ணையிலோ வீட்டிற்குள்ளோ சமமாக உட்கார்ந்து அவர்கள் சகஜமாகப் பேசிக் கொண்டிருந்ததை யாரும் பார்த்திருக்க மாட்டார்கள். எட்ட நின்று கேட்பார். மறு பேச்சுப் பேசமாட்டார். தலை நிமிராமல் சென்றுவிடுவார் *(ப.39).*

சாமியப்ப கவுண்டருக்கும், அவருடைய தகப்பனாருக்கும் இடையேயான உறவு இத்தகையது. இதாவது பரவாயில்லை.

அவருடைய தகப்பனாருக்கும், பாட்டனாருக்கும் இருந்த உறவு வேடிக்கையானது.

> பாட்டன் தோட்டத்திலிருந்தால் தந்தை வீட்டில் இருப்பார். அவர் வீட்டிற்கு வந்தால் இவர் தோட்டத்திற்குச் சென்று விடுவார். ஒரே இடத்தில் வேலையிருந்தால், ஏதோ தெய்வ சன்னதியில் நிற்பதான உணர்வே கொண்டிருந்தார் *(ப.39).*

அவ்வாறான குடும்பத்தைச் சேர்ந்த சாமியப்ப கவுண்டருக்கும், மகன்களுக்குமான உறவு பெரிதும் மாறிப்போய் விட்டது. சாமியப்ப கவுண்டருக்குத் 'தள்ளி நிற்பது' பிடிக்கவில்லை. அவ்வாறாகக் காலம் மாறுகிறது. மகன்களை நெஞ்சுக்கருகே வைத்து வளர்க்கிறார். என்றாலும், அவருடைய எல்லாத் தன்மைகளுக்கும் ஏற்ப மகன்கள் இருக்க முடியுமா? சாமியப்ப கவுண்டருக்குத் தவறாகத் தெரியும் செய்திகள் எல்லாம் மகன்களுக்குச் சரியானதாகப்படுகின்றன. படிக்க அனுப்பினால் மகன்கள் சிகரெட்டும் பீடியும் பிடித்துக்கொண்டு இருக்கிறார்கள். அதைப் பார்த்ததும் திகைத்துப் போகிறார். அவரால் அதை எப்படி ஏற்றுக்கொள்ள முடியும்?

> திண்ணைப் பள்ளிக்கூடத்தில் மணலில் அரி ஓம் எழுதி, அருணன் உதிக்கும் முன், ஆசான் வருமுன், இடத்தில் அமர்ந்து, ஓதான் அடிக்குத் தப்பித்து ஒழுக்கம் விழுப்பம் தருவதால் உயிரினும் மேலானதாகப் போற்றப்படுகிறது என்பதை உணர்ந்தவருக்கு இங்கிதமற்ற செயல்கள் பங்கமானதாகத் தானே தோன்றும்? *(ப.71)*

பீடி, சிகரெட் பிடிப்பதைப் பற்றிய மகன்களின் சிந்தனையோ வேறானது.

> என்னடா இது, நம்ப ஊர்ச் சந்தைக்குப் போறவங்ககிட்டே, 'எனக்கு மூணு காசுக்குப் பீடி வாங்கியாம்மோ' என்று எத்தனை பையன்கள் சொல்லியிருக்கிறார்கள். சந்தைக் கூடையைக் கீழே இறக்கிப் பழம், மிட்டாய் பொரிகடலையை முடிச்சிலிருந்து அவிழ்த்து எடுப்பதற்குள் அந்தப் பையன்கள் பீடியைத் தூக்கிக் கொண்டு ஓடி இருக்கிறார்களே? எருமைச் சவாரி செய்துகொண்டு, இல்லாவிட்டால் ஆடு மாடு மேய்த்துக்கொண்டே மரக்கிளைகளில் ஜோராக உட்கார்ந்து அவர்கள் பீடி குடித்ததில்லையா? அது என்ன அவ்வளவு பெரிய குற்றமா? *(ப.72)*

இவ்வளவு சிறு சிக்கலிலேயே இரண்டு தலைமுறைக் கருத்துகளும் எவ்வளவோ வேறுபடுகின்றன. சாமியப்ப கவுண்டர் தனியாகப் பிரிந்து வருமுன்னான குடும்பச் சிக்கல்கள் குறித்து அவ்வளவாக

அறிந்துகொள்ள முடியவில்லை என்றாலும் அங்கங்கே சிலவற்றைக் கோடி காட்டிச் செல்கின்றார் ஷண்முகசுந்தரம். மண்ணைக் கிளறி வாழ்வை ஓட்டிவிட்டவர் அவர். அவருடைய மகன்கள் காலமோ பணம் ஈட்ட எத்தனையோ வழிகளைக் கொண்டிருக்கும் காலம். ஆனால் தந்தை அனுமதித்தால்தானே? நிலத்தைத் தவிர வேறு எதிலும் முதலீடு செய்ய விரும்பாத, அவற்றை நம்பாத தலைமுறைக்கும், நிலத்தைத் தவிர மற்ற எல்லாவற்றிலும் முதலீடு செய்ய விரும்பும் தலைமுறைக்கும் எப்படித்தான் ஒத்துப்போகும்?

> "எங்களைத்தான் எங்க ஐயன் ஒண்ணிலேயும் முன்னுக்கே உடுலீங்களே" (ப.104)

என்று தந்தையின்மீது குறைபடும் மக்கள். இப்படி இரண்டு தலைமுறையின் விருப்பங்கள் சார்ந்த நிகழ்ச்சிகளே இங்குக் குடும்பம் உடைவதற்குக் காரணமாக அமைகின்றன. பொதுவாக, இவ்விரண்டு நாவல்களுமே கூட்டுக் குடும்பம் உடைந்து கொண்டிருக்கும் காலத்தைய உறவுச் சிக்கல்களை வெளிப்படுத்துகின்றன. கூட்டுக் குடும்பம் இனி நிலைபெற முடியாது; அதற்கான அடிப்படைகள் சரிந்து விட்டன. வெறும் பழம் மனப்போக்கு மாத்திரம் அதைக் காப்பாற்ற இயலாது. நடைமுறை வாழ்க்கை கூட்டுக் குடும்பத்தை விட்டு வெளியேறத் தூண்டுகிறது. அதற்குள் ஆண்களுக்கும், பெண்களுக்கும் எத்தனையோ வசதிகளும் இருந்திருக்கலாம்; இன்பங்கள் கிடைத்திருக்கலாம்; அன்பும் நேயமும் உருகி ஓடியிருக்கலாம். அதே சமயம் கூட்டுக் குடும்பத்திற்குள், வசதிகள் இல்லாமை, துன்பங்கள், அன்பும் நேயமும் வலுக்கட்டாயமாக மாறிவிடுதல் – போன்றவையும் கூடவே இருக்கத்தானே செய்தன. நடைமுறை வாழ்க்கை எதிர்த்தன்மைகளை முன்னுக்குத் தள்ளுகிறது. மனிதச் சுவாசங்களால் மூச்சு முட்டிக்கிடந்த சுவர்கள், ஆசுவாசம் கொள்ள விரும்புகின்றன. எதிர்நிலைகள் மாபெரும் உருக்கொள்ளும்போது, கூட்டுக்குடும்ப உடைவின் ஒலிப்பு எல்லாத் திசைகளிலும் தொடங்கிவிடுகிறது. முணுமுணுப்புகளும் பெருமூச்சுகளும் உக்கிரமாகத் தம்மை வெளிப்படுத்திக் கொள்கின்றன. ஆனால் மாற்றான தனிக்குடும்பங்கள் இன்னும் உருவாகிவிடவில்லை. தனிக்குடும்பம் கனவாக இருக்கிறது. இரண்டுக்கும் இடைப் பட்ட நிலையில் உறவுச் சிக்கல்களை இவ்விரு நாவல்களும் வெளிப்படுத்துகின்றன.

ஷண்முகசுந்தரம், குடும்பம் பற்றியான கோட்பாடுகளை அறிந்து கொண்டு நாவல் எழுதவில்லை. ஆனால் அவர் படைப்புக்கு எடுத்துக் கொள்ளும் உலகம் பற்றியான கணிப்பு, அதன் உறவு முறைகள், பாத்திரங்களின் உளவியல் எல்லா வற்றையும் அறிந்திருந்தார்.

கிராமத்தை மையமாகக் கொண்ட நாவல்களில் பணக்கார விவசாயிகளைப் பற்றியவை பூவும் பிஞ்சும், பனித்துளி, அறுவடை, சட்டி சுட்டது, மாயத்தாகம், வரவேற்பு ஆகிய நாவல்கள். இவற்றுள் அறுவடை, சட்டி சுட்டது தவிர நான்கு நாவல்களும் ஒரேவகையான கருவைக் கொண்டவை. கொங்குக் கிராமத்து மனிதர்கள் போட்டியும் பொறாமையும் கொண்டவர்கள். தங்கள் சொந்தக்காரர்கள்தாம் அவர்களுக்கு முதல் எதிரிகள். அவர்களிடையே எழும் பூசல்களுக்கு யாரும் காரணமல்லர்; அவர்களேதான். எப்போதும் அவர்களுக்குள்ளே புகைந்தபடியே இருக்கும் நெருப்பைத் தூண்டிவிடும் கோலாக யாராவது இருக்கிறார்கள்; அவ்வளவுதான். வசதி வாய்ப்பிலும்கூடத் தன்னைத் தாண்டி ஒருவன் செல்வதை அவர்களால் தாங்கிக் கொண்டிருக்க முடிவதில்லை. தங்கள் மேல் துண்டை எடுத்து விசிறியாவது அவனைத் தலைகுப்புற விழச் செய்வதில் திறமைசாலிகள். சாதாரண வசதி கொண்ட மக்களிலிருந்து பெரிய பணக்காரர்கள் வரை இதனைக் காணலாம். பணக்காரர்களிடையே நிகழும் போட்டிக்குக் கூடுதல் காரணமாகப் பதவியையும் சொல்லலாம்.

பூவும் பிஞ்சும் நாவலில் மணியக்காரரும் ராமசாமிக் கவுண்டரும் சம மதிப்புக் கொண்டவர்கள். அவர்கள் சம்பந்தி ஆகப் போவதாகவும் பேச்சு அடிபடுகிறது. ஆனால் வெளியே இருந்து வரும் வீரப்ப செட்டியார் அவர்களைப் பிரித்து விடுகிறார். மணியக்காரருக்குச் சொத்துச் சேர்ப்பதிலே கவனம் போகிறது. தன் சொந்த மனிதர்கள் எக்கேடு கெட்டால் அவருக்கென்ன. அவரைச் சுற்றி நிலபுலன்களின் பரப்பு விரிந்துகொண்டே போகவேண்டும். கூப்பிட்ட குரலுக்கு ஓடிவர ஆள் அம்புகள் குவிய வேண்டும். அவர் வைத்ததே சட்டமாக இருக்க வேண்டும். ராமசாமிக் கவுண்டர் வீட்டைவிடப் பெரிய இடத்தில் சம்பந்தம் வைத்துக் கொள்ளலாமே. வீரப்ப செட்டியார் அவருக்கு நகரத்து இன்பங்களை எல்லாமும் அறிமுகப்படுத்துகிறார். அவற்றிலெல்லாம் திளைத்திருக்கும் மணியக்காரருக்குத் தம்மைச் சுற்றி இருப்பவர்களைப் பற்றிய அக்கறை சிறிதும் இல்லாமல் போகிறது. அவர்களை அளவுக்கு மீறிச் சுரண்டத் தொடங்குகிறார். அவர்களின் துயரமோ கவலையோ அவரின் செவிட்டுக் காதுகளை எட்டுவதில்லை. ஆனால், அம்மக்களுக்கு ஆதரவு கொடுக்கிறார் ராமசாமிக் கவுண்டர். தம்மால் ஆன உதவிகளைச் செய்கிறார். அதில் தம்முடைய சொத்துக்களை இழக்க நேர்ந்தாலும் அவர் கவலைப்படுவதில்லை.

இப்போது, மணியக்காரருக்கு நேர் எதிரியாக ராமசாமிக் கவுண்டர் உருமாறுகிறார். பொது எதிரியான வீரப்ப செட்டியாரை

மறந்து விட்டு மணியக்காரர் – ராமசாமிக் கவுண்டர் மோதல் வெடிக்கிறது. ஒருவரை ஒருவர் ஒழித்துக் கட்டுவதில் கட்சி கட்டுகிறார்கள். இப்பாங்கில் நகரும் கதையில் மணியக்காரரின் நிலையை மிகச் சிறப்பாகச் ஷண்முகசுந்தரம் காட்டுகிறார். வசதி வாய்ப்புகள் கொண்டிருக்கும் அவர் படிப்படியாய்ச் சரிய நேர்கையில், உறவுகள் அவரை விட்டுச் சருகுகளாய் உதிர்ந்து விடுவதை ஓட்டத்தினூடே விளக்கிச்செல்கிறார்:

> தலையாரி கூட வரவர காது கேட்பதில்லை என்று சொல்லிக் கொண்டே கூப்பிட்டாலும் வாசலில் அசையாமல் உட்கார்ந்து விடுகிறானோ (பூவும் பிஞ்சும், ப.111)

மணியக்காரருக்கும் ராமசாமிக் கவுண்டருக்கும் ஏற்பட்ட மோதல் மிகப் பெரிதாக வெடிக்கிறது.

> அந்த நெருப்பு சுலபத்தில் அணைந்துவிடுவதாகத் தெரிய வில்லை. ஆரம்பத்தில் சும்மா புகைந்து அணைந்துவிடும் என்று எதிர்பார்த்தார்கள். ஆனால், இப்போது அது கொழுந்துவிட்டு ஜகஜ்ஜோதியாக எரிய ஆரம்பித்து விட்டது (ப.57).

அதன்பின் 'அவரவர் கையிலானதைப் பார்த்துக்க வேண்டியது தான்' (ப.57) என்றும், எதிராளியைத் 'தலை தூக்காம பண்ணிரோணும். அப்பத்தான் நாமெல்லாம் மனுசரு' (ப.123) என்றும் இருபுறமும் சவால்களும் ஆள் சேர்ப்புகளும் நடைபெறு கின்றன. வசதியானவர்களுக்குள் சோற்றுப்பிரச்சினையா பெரிதாக வரப்போகிறது? நான் பெரியவனா, நீ பெரியவனா என்கிற இறுமாப்புகளும், மனித இனத்தின் ஒட்டு மொத்தக் குத்தகையும் தன் தலைமேல் ஏற்றிவைத்து விட்டதான தலைக்கனங்களும், தனக்குத்தானே சூட்டிக்கொண்ட வீண் செருக்கின் முடிசூட்டல்களும்தான் அவர்களுக்கிடையே சிக்கலை உண்டாக்குகின்றன. அவர்களைச் சார்ந்தே ஊர் பிளவுபடுகிறது.

'பனித்துளி'யிலும் இதே சிக்கல்தான். ஆனால் சிறிது வேறுபாடு. 'பூவும் பிஞ்சும்' நாவலில் மோதிக்கொள்ளும் இருவரும் பரம்பரைப் பணக்காரர்கள்; அவர்களுக்கிடையே பூசலை ஏற்படுத்தும் சக்தி வெளியே இருந்து வீரப்ப செட்டியார் வடிவத்தில் வரவேண்டி இருக்கிறது. பனித்துளியில் மணியக்காரரும் அவரது சம்பந்தி ராமசாமிக் கவுண்டரும் (பூவும் பிஞ்சும் நாவலில் இவர்களே எதிரிகள். பின் சம்பந்தியாகிறார்கள். அதன் தொடர்ச்சியாகப் 'பனித்துளி'யைச் சொல்லலாம்) பரம்பரைக் கவுண்டர்கள்; கருப்பண்ண கவுண்டரோ 'குடியானவனாக' இருந்து பணக்காரனானவர். பரம்பரை பரம்பரையாக அளவற்ற

நிலபுலன்களோடும் வாழ்க்கை வசதிகளோடும் மணியக்காரர், பண்ணாடி போன்ற பதவி மதிப்புகளோடும் இருப்பவர்கள், 'பரம்பரைக் கவுண்டர்கள்.' கொஞ்சம் நிலம் வைத்துக்கொண்டு சோற்றுக்கே போதாமல் பயிர் செய்கிறவரும் நிலமேயில்லாமல் பிறருடைய நிலத்தில் கூலி வேலை செய்து வாழ்பவரும் 'குடியானவர்கள்.' இரண்டு பேருமே ஒரே சாதிதான்; கவுண்டர். ஆனால் ஒரே தரமா? ஒருவர் படி அளப்பவர்; மற்றொருவர் பெறுபவர். சாதியில் ஒன்றாக இருந்தாலும் வாழ்க்கைத் தரத்தில் ஒன்றாக முடியுமா?

பரம்பரைக் கவுண்டன் கவுண்டனாகவும் குடியானவன் குடியானவனாகவும் இருக்கும்வரை அவர்களுக்குள் சிக்கல் எதுவுமில்லை. சின்னச் சின்னக் கொடுக்கல் வாங்கல் கூலிப் பிரச்சினைகள் தவிர வேறு எதுவும் வர வாய்ப்பில்லை. கருப்பண்ண கவுண்டர் அப்படியில்லை. ஒரு காலத்தில் குடியானவனாக இருந்தவர். இப்போது பரம்பரைக் கவுண்டர்களுக்கு நிகரான – ஏன் அவர்களையும் விட மிகுதியான – செல்வத்தைப் பெற்று விட்டவர். வாழ்க்கை வசதிகளும் ஆள்படைகளும் சேர்ந்த பின் அவருக்கு வேறு என்ன தேவை? காலகாலமாகப் பரம்பரைக் கவுண்டர்கள் அனுபவித்து வரும் மதிப்பும் மரியாதையும். அதுவும்கூட உடனே கிடைக்கும்தான். பணம் வந்து விட்டபின் காலமுக்கவும், வெற்றிலைப் பெட்டி தூக்கவும், கக்கத்தில் துண்டை இடுக்கிக் கொண்டு நான்கு பேர் வந்து விடுகிறார்கள். கருப்பண்ண கவுண்டருக்கு அது மட்டும் போதவில்லை. பரம்பரைக் கவுண்டர்களை மக்கள் எப்படி மதிக்கிறார்களோ அந்த மதிப்பு தனக்கும் வேண்டும் என்று விரும்புகிறார். அதற்காக அவர் தம் மகிழ்ச்சிகள், விருப்பங்கள் எல்லாவற்றையும் இழக்கத் தயாரா கிறார். அவருக்கு எப்போதுமே கால்நடையாக நடப்பதுதான் பிடிக்கும். ஆனால் மக்கள் என்ன நினைப்பார்கள்?

> சுள்ளிவலசிலிருந்து கீரனூருக்கு வருவதற்குக்கூட அந்த அரை மைலுக்கும் வண்டி இல்லாமல் புறப்பட மாட்டார். ஆனால் இந்த வண்டிச் சவாரியில் உண்மையில் அவர் மனம் சந்தோசம் அனுபவித்ததே கிடையாது. வண்டிச் சத்தத்தைக் கேட்டதும் 'கருப்பண்ண கவுண்டர்' என்று சனங்கள் தெரிந்துகொள்ள வேண்டும் என்பதற்காகவே தான் வண்டி வைத்திருக்கிறார் (பனித்துளி. ப.25).

அது மட்டுமில்லை. தன் செல்வாக்கு எவ்வளவு இருக்கிறது என்பதைச் சோதித்துப் பார்த்துக்கொண்டே இருக்க வேண்டி இருக்கிறது. தான் சொன்னால் மற்றவர்கள் கேட்கிறார்களா என்பதை அடிக்கடி அறிய விரும்புகிறார்.

தமது தோட்டத்தில் தட்டுப் போர் போடுவதற்கு எத்தனையோ ஆட்கள் இருக்கிறார்கள். என்றாலும் 'பார்க்கலாமே என்று ஊரில் நாலைந்து பேருக்குப் புதுப் போர் போட வரும்படி சொல்லி விடுகிறார்.' (ப.26) அவர் சொல்லிவிட்டிருந்த ஆட்களெல்லாம் வந்ததைக் கண்டதும்தான் அவர் மனம் மகிழ்ச்சி கொள்கிறது. அந்த ஆட்களெல்லாம் 'நீங்க இல்லாமெ கிராமத்திற்குள் என்ன நடந்திடுமிங்க' என்று சொல்லும்போது (ப.27) அவருக்குக் கிடைக்கும் ஆறுதலுக்கு அளவேயில்லை. மக்கள் அவருக்கும் மதிப்புக் கொடுக்கிறார்கள். அவர் பேச்சையும் பொருட்படுத்துகிறார்கள். புதுப் பணக்காரரின் மனசுக்குள் நுழைந்து அவரை எல்லாத் திசைகளில் இருந்தும் அணுகுகிறார் ஷண்முகசுந்தரம். அவர் மனம் அமைதி அடைவதே இல்லை. செல்வத்தில்,

> ஊருக்குள் அவர்தான் முதற்புள்ளி. அதனால் என்ன? இன்னும் ராசாமிக் கவுண்டர் சொன்னால்தானே யாரும் கேட்கிறார்கள். பள்ளுப்பறை பதினெட்டுச் சாதியும் அவரிடம் தானே மதிப்பு வைக்கிறார்கள்.(ப.25)

என்றெல்லாம் அவர் மனம் சஞ்சலப்படுகிறது. மக்களிடம் மட்டும் மதிப்புக் கிடைத்தால் போதுமா? பரம்பரைக் கவுண்டர்களும் அவர்களில் ஒருவராக, கருப்பண்ண கவுண்டரை ஏற்றுக்கொள்ள வேண்டாமா? அதற்கான முயற்சிகளையும் கூட, அவர் செய்யத் தவறவில்லை. 'கையில் காசு ஏறிய பிறகு மணியக்காரரையும் இன்னும் அவரைப் போன்ற பரம்பரைப் பணக்காரரையும் மாமன், மச்சான், அண்ணன், தம்பி என்று அழைக்க ஆரம்பித்தார். அத்தோடு தன் மகனுக்குச் செல்லப்பம்பாளையம் முத்துக்கவுண்டர் மகளை (அதாவது பரம்பரைக் கவுண்டரின் மகளை) மணமுடித்திருக்கிறார். ஊரில் பொதுச் செயல்களில் எல்லாம் முன்னின்றும் வருகிறார். தனக்கு நன்மதிப்பு ஏற்பட வேண்டும் என்பதற்காகவே, பெரும் செல்வத்தைக் கொடுத்த கள்ளுக்கடை வியாபாரத்தைக் கைவிடவும் தயாராக இருக்கிறார்.

ராமசாமிக் கவுண்டரின் சிக்கலோ வேறுபட்டது. பரம்பரைக் கவுண்டராதலால், உழைத்துச் சொத்துச் சேர்க்கும் திறன் கிடையாது. இருக்கிற சொத்தில் வருகிற வருமானத்தைக் கொண்டு வாழ்க்கை நடத்தினாலே போதுமானது. அதுவும் முடியவில்லை. இருக்கிற சொத்திலும் பகுதியை விற்க வேண்டி நேர்கிறது. புதுப்பணக்காரன் கருப்பண்ண கவுண்டருக்கே தன்னுடைய ராச்சியமாக இருந்த ஊரடித் தோட்டத்தை விற்றபின் அவர் சோர்ந்து போய்விட்டார். அவருடைய ஆட்சி ஆதிக்கமே பிடுங்கப்பட்டது போலாகிவிட்டது.

> ஊரடித் தோட்டமும் அதன் சாளையும் அங்கு ராமசாமிக் கவுண்டர் திம்பு தலையணையுடன் கால்மேல் கால் போட்டு உட்கார்ந்து கொண்டு நாலு பேருடன் வார்த்தையாடியது எல்லாம் இப்போது கனவு போலாகிவிட்டது *(ப.39)*.

அவரை விடவும் கருப்பண்ண கவுண்டர் பணக்காரனாகி விட்டார். அவருடைய தோட்டத்தையே வாங்கியும் விட்டார். அவருக்கு மனத்தளவில் தன் செல்வாக்கு காலாவதி விட்டதான உணர்வு தோன்றுகிறது. கிராமத்தில் அவர் பிறருக்கு உதவுபவர் என்று பெயர் எடுத்தவர். இதுவரையில் அவர் முன்னால் நின்று, யாரும் ஒரு சொல்கூடச் சொன்னது கிடையாது. அவருடைய சொற்களை யாரும் மீறியதில்லை.

> ஆனால் கொஞ்ச காலமாக என்னமோ அவர் மனதிலே யாரும் முன்போலப் பாராட்டுவதில்லை என்ற எண்ணம் குடிகொண்டு விட்டது *(ப.37)*.

கருப்பண்ண கவுண்டர் வளர வளர அவருக்கு அந்த எண்ணம் அதிகமாகிக் கொண்டே இருக்கிறது. கருப்பண்ண கவுண்டர் 'மாமன் மச்சான்' என்று வரிசை வைத்து அழைக்கும்போது மனதிற்குப் பிடிக்கவில்லை என்றாலும், வெளிக்காட்டிக் கொள்ள முடிவதில்லை. கிராமத்தில் அவர் சொல்வதைக் கேட்பதற்கும் பத்துப் பேர் தயாராயிருக்கும்போது, 'நாம் பரம்பரைக் கவுண்டர். அவன் குடியானவன்தானே' என்று பொருட்படுத்தாமல் ஒதுக்கவும் முடியவில்லை *(ப.36)*. கருப்பண்ண கவுண்டரின் வளர்ச்சியை எம்முறையில் தான் எதிர்கொள்வது? எல்லாச் சிக்கல்களிலும் அவரும் மூக்கை நுழைத்து விடுகிறாரே.

> அவெ, வெள்ளிச் சுண்ணாம்புக்காயிலிருந்து சுரண்டிப் போடறதையும் புகையிலையைக் கையில் பிடித்துக்கொண்டு கடிச்சதையும் நேத்துப் பார்க்கப் பார்க்க எனக்குச் சிரிப்பு அடக்க முடியலீங்க *(ப.19)*

என்று அவன் நடை உடை பாவனைகளைக் கிண்டல் செய்தும்,

> அவம் பண்ற கவுண்டிக்கையை ஏங்க கேக்கறீங்க? *(ப.19)*
>
> அற்பனுக்கு வாவு வந்தா அர்த்த ராத்திரியிலே கொடை பிடிப்பானாம். நாலுகாசி கையிலே வந்துட்டதில்ல அதுதான் துள்ளறான். இவெ கள்ளுக்குடம் சுமந்தது ஆருக்குத் தெரியாது *(ப.20)*.
>
> இருந்தாலும் கொஞ்சம் பழயதை எல்லாம் நெனச்சுப் பாக்கணுமில்லே. சும்மா அண்ணாந்து நடந்தா எத்தனை நாளக்கி நடக்கும் *(ப.20)*.

என்றெல்லாம் அவன் செயல்களைப் பேசியும் வயிறெரிந்து போகிறார்கள். எந்த மனிதனுக்குத்தான் தனது ஆதிக்கத்தில் பிறருக்குப் பங்கு கொடுக்கத் தாராள மனம் வரும்? அவர்களுக்கே என்றிருக்கும் உரிமையில் கூடக் கருப்பண்ண கவுண்டர் தலையிட வரும்போது சும்மா இருக்க முடியுமா? பண்டாரத்தின் மகன் பரம்பரைக் கவுண்டர் வீட்டுக்கு வேலை செய்ய வருகிறான். அது அவர்களுக்கே இருக்கும் உரிமை. கருப்பண்ண கவுண்டரோ பண்டாரத்தின் இன்னொரு மகனைத் தன் வீட்டுக்கு வேலை செய்ய அனுப்பச் சொல்லிக் கேட்கிறார். வசதி படைத்தவர்கள் மோதும்போது இடையில் சிக்கி நசுங்குபவர்கள் பண்டாரம் போன்றவர்கள்தானே. அவனைக் குடி எழுப்பி விட்டால் அவன் நிலை என்னாவது? கருப்பண்ண கவுண்டர் கேட்டவுடன் மகனை அனுப்பி விடவும் முடியாது. மகனுக்கு வேறு வேலை இருக்கிறது என்பது ஒருபுறம் இருக்க, இத்தனை நாளாக இல்லாத வழக்கத்தைத் திடீரென்று கைக்கொள்ளவும் முடியாதே. ராமசாமிக் கவுண்டரிடம் அவன் முறையீடு செய்கிறான்.

> ஓஹோ! கள்ளுக்குடம் தூக்கிப் பயலெ ஒருகை பாத்தே உட்றது. இவெ எப்டி ஆண்டியைக் குடி எழுப்புவானோ பாக்கறேன் *(ப.23)*

என்று ராமசாமிக் கவுண்டர் கொதிப்படைகிறார். ஆனால் ஒன்றும் செய்ய இயலாத நிலை. ஊருக்குள் சிக்கல்களா இல்லை? கருப்பண்ண கவுண்டர் வாங்கிய நிலமொன்றில் 'சுவாதீன'ச் சிக்கல் வருகிறது. நிலத்திற்குச் சொந்தக்காரனைத் தூண்டிவிடுகிற செயல் ராமசாமிக்கவுண்டருக்குக் கிடைக்கிறது. 'கருப்பண்ணன் சுவாதீனத்திற்கு நிலத்திற்குள் இறங்கி விடுவானா' என்று நிலச் சொந்தக்காரன் அரிவாளோடு திரிகிறான். இரு பக்கமாகக் கட்சி பிரிகிறது. அத்தோடு மனம் அமைதி அடைந்து விடுவதில்லை. இது ஆதிக்கப் போட்டியாயிற்றே. ராமசாமிக் கவுண்டர் மனத்தளவில் நல்லவர்தான். இரக்க குணம் உடையவர்தான். ஆனால் ஆதிக்கப் பறிப்புக்கு ஆளாகும்போது மனம் குரூரமும் வக்கிரமும் கொண்டதாக மாறுகிறது. கருப்பண்ண கவுண்டரின் மகள் முத்தாயா, கைம்பெண். அவர்கள் வீட்டில் வேலை செய்யும் நாச்சப்பனுக்கும் முத்தாயாவுக்கும் உறவு இருப்பதாகப் பண்டாரம் கட்டும் கதையை அவர் கண்டிப்பதும் இல்லை. தம்முடைய வக்கிரப்புத்திக்கு ஒரு அப்பாவிப் பெண் இரையாகிறாள் என்கிற உணர்வுகூட இல்லை.

> இவனெல்லாம் 'நானும் கவுண்டன்னு' மீசைய முறுக்கிட்டு வெளியில வந்திடராங்க. ஒரு கொங்க கொமரி. அதும் ஒரு முண்டச்சி. ஒரு தண்டுவனுக்கு ஊட்டுலே ஒரு குஞ்சுகூட

இல்லாதபோது முதுகு தேச்சுடப் போனான்னா. அதிலே என்னமோ வேற விசயம் இல்லாமலா இருக்கும்? (ப.43)

என்று தூபம் போட்டு அச்செய்தியைப் பண்டாரம் ஊரெல்லாம் பரப்ப ஊக்கம் கொடுத்து மன நிறைவு கொள்கிறார்.

இவ்வாறு, 'பனித்துளி' பரம்பரைக் கவுண்டருக்கும், குடியானவருக்குமான மோதலைப் பல வழிகளில் வளர்த்துச் செல்கிறது. இரண்டு பரம்பரைக் கவுண்டர்களுக்கிடையே ஏற்படும் மோதலுக்கும், இதற்கும் வேறுபாடுண்டு. சமநிலையில் இருப்பவர்கள் ஒரு பதவிக்காகவோ, 'நான் பெரியவனா நீ பெரியவனா' என்று சமுதாய மதிப்புக்காகவோ மோதிக்கொள்வது வேறு; இதுவரைக்கும் தங்கள் முன் கைகட்டி நின்ற ஒருவன் தங்களுக்குச் சமதையான நிலையில் நின்றுகொண்டு ஆதிக்கத்தைப் பிடுங்க முயல்வது வேறு. இரண்டையும் அதனதன் கோணத்தில் நேர்மையாகப் பதிவு சார்ந்திருக்கவில்லை. இரண்டு பக்கத்து மனோவியல்புகளையும் நம்முன் பரப்பி வைக்கிறார்.

'வரவேற்பு' நாவலும் இவற்றைப் போல மோதலைக் களமாகக் கொண்டதுதான். மோதுகின்ற ஆட்கள்தான் வேறு. அண்ணன் – தங்கை இரு குடும்பத்துக்குமான மோதலே இந்நாவல். நேரடியாகச் சொந்தமில்லாதவர்கள் மோதும்போது உறவுகள் குறித்த சிக்கல் புறவயமானது. ரத்த உறவுடையவர்கள் மோதலில் ஈடுபடும்போது அது அகவயமானதாகிறது. அத்தன்மை வரவேற்பில் இடம் பெறுகிறது.

வெங்கடாசலக் கவுண்டரும் சென்னிமலைக் கவுண்டரும் மைத்துனர்கள். ஒருவர் தங்கையை மற்றவர் எனத் திருமண உறவு உடையவர்கள். இது கொங்கு நாட்டுக் கிராமங்களில் சாதாரணமாகக் காணக் கூடியதுதான். எத்தனைதான் நெருங்கிய உறவு, ஒன்றுக்குள் ஒன்றாக இருந்தபோதும் ஒன்றுமில்லாத சாதாரணக் காரணத்தில் மானம் பார்த்து, சமூக மதிப்புக் கண்டு பிரிந்து விலகிவிடுவர். அதற்கப்புறம் அவர்கள் சேர்வது என்பது தலைமுறைகளில் கூட இயலாத செயல்தான். "துப்பிய எச்சில் இனி வாய்க்கு வரவா போகிறது" என்கிற கதைதான். உறவுகளை விட மானம், மரியாதை, செல்வாக்கு இவைதாம் பெரிது. அதுவும் வெங்கடாசலக் கவுண்டரையும், சென்னிமலைக் கவுண்டரையும் போலப் பணக்கார விவசாயிகள் என்றால், வெற்றுச் செருக்கின் அளவு கூடிக்கொண்டே போகும். அவர்கள் பிரிவதற்கும் கூட பெரிய காரணங்கள் வேண்டியதில்லை.

அவர்கள் இருவருக்கும் நேரடியான சண்டை சச்சரவுகள் எதுவுமில்லை. அதற்கான காரணங்களுமில்லை. சென்னிமலைக் கவுண்டர் ஊரைச் சேர்ந்த மூப்பன் ஒருவன் வெங்கடாசலக்

கவுண்டர் ஊர் மாட்டுக்காரப்பையன் ஒருவனை அடித்து விட்டான். அதனால் கோபம் கொண்ட வெங்கடாசலக் கவுண்டர் மூப்பனை நீதிமன்றத்திற்கு இழுக்கப் போவதாகவும் அவனுக்கெதிராகச் சென்னிமலைக் கவுண்டர் சாட்சி சொல்ல வேண்டும் என்றும் கேட்கிறார். சென்னிமலைக் கவுண்டருக்கு அதைக் கேட்டதும் சிரிப்புத்தான் வருகிறது.

> நா சாச்சி சொல்லீர்ரன் நீங்க சொல்றபடிக்கே. அவெங் கேப்பானுங்களே: அந்த மூப்பந்தானுங்க. ஏனுங்க கவுண்டரே. நா அறையறதை அப்போ நீங்க எந்த மொகமா நின்னு என்னைப் பாத்தீங்கன்னு. அதுக்கு நா என்னுங்க சொல்றது? உள்ளூர்க்காரன் மின்னாலே என்னைத் தலையைக் குத்திட்டு நிக்கப் பண்றீங்களா? (வரவேற்பு, ப.23)

என்று கேட்கிறார். 'பொய் சாச்சி சொல்ல வரமாட்டனுங்க' என்று கறாராகவும் சொல்லிவிடுகிறார். உடனே வெங்கடாசலக் கவுண்டர்,

> செரீங்க, நானும் இன்னையிலிருந்து இந்த ஊட்டு வாசப்படியை மிதிக்கப் போறதில்லீங்க (ப.34).

என்று எழுந்து கொள்கிறார். அவருடைய வீறாப்புக்குச் சளைத்தவரா சென்னிமலைக் கவுண்டர்? 'நல்ல காரியம் ஆச்சுங்க' என்கிறார். அத்தோடு உறவு முறிந்து விட்டது. அதன்பின் இரண்டு குடும்பங்களுக்குமான உறவு, முழுவதுமாக அறுந்துபோய்விட்டது. சென்னிமலைக் கவுண்டர் செத்துப்போன பின்னும் அந்த உறவில் எந்த மாற்றமும் ஏற்படவில்லை. பெண்களும்கூட ஆண்களுக்கு நிகரான வைராக்கியம் கொண்டவர்களாக இருக்கிறார்கள். அண்ணன் வீட்டில் மிகப் பெரிய அளவில் நடக்கும் காதணி விழாவுக்குத் தங்கையை அழைக்கவில்லை; அவளும் போகவில்லை. மாமனார் செத்துப் போனபோதுகூட வெங்கடாசலக் கவுண்டர் இழவுக்குப் போகத் தயங்குகிறார். பின், நாலுபேரோடு ஒன்றாக ஏதோ வந்தோம் என்று பெயரளவுக்கு வந்து போகிறார். கொடுக்கல், வாங்கல், கடன் என்றெல்லாம் என்னென்னவோ சிக்கல்கள் வருகின்றன. ஒரு போதும் இரு குடும்பங்களும் இணைவதற்கான வாய்ப்புகளே தென்படவில்லை.

அடுத்த தலைமுறை வளர்கிறது. சாமியப்பனும் தனாத்தாளும் ருக்குவும் பழைய பகையை மீறத் துடிக்கத்தான் செய்கிறார்கள். 'பகை என்றால் பகைதான்' என்று உதறிவிட்ட உறவை மீண்டும் ஏற்படுத்திக் கொள்வது அவ்வளவு எளிதல்ல. சாமியப்பனும் ருக்குவும் ஒருவரை ஒருவர் விரும்பத்தான் செய்கிறார்கள். திருமணம் செய்துகொள்ளவும் முடிவு செய்கிறார்கள். ஆனால் பழைய பகை ஆறிவிடக் கூடியதா?

அப்படீன்னா இந்த ஊட்டிலெ ரண்டு பேருக்கும் எடம் இல்லீடா சாமி (ப.152)

என்று வெங்காத்தா கூறிவிடுகிறாள். சாமியப்பன் வேற வழியில்லாமல் புறப்பட்டு மாமன் வீட்டுக்கு வருகிறான். அங்கேயோ வெங்கடாசலக் கவுண்டர் ருக்குவிடம்,

எனக்கு உடம்பு செரியில்லை. உன் போக்கால் மனசு சரியில்லை. நான் இருப்பதென்றால் நீ மறந்து விடு அவனை (ப.154)

என்று தெளிவாகக் கூறிவிடுகிறார். ருக்குவுக்கு வேறு வழியில்லை. இளைய தலைமுறையும்கூட இணைய முடிவதில்லை. முதலில் விழுந்த முடிச்சு அவ்வளவு இறுகிக் கிடக்கிறது. இதனூடே, உறவின் பாசங்களும் அன்பும் மனதுக்குள் விம்மலும் துயரமுமாய் வெடித்துக் கிளம்பியபோதும், மனதுக்குள்ளேயே அடங்கிப் போகிறது. பழைய பகைதான் முன்னால் வந்து நிற்கிறது. ஒரே வகைப்பட்ட மோதல்தான் என்றாலும், மூன்று நாவல்களிலும் அவற்றில் ஈடுபடும் மனிதர்களுக்கேற்ப மோதலின் தன்மையும் மாறுபடுவதைச் ஷண்முகசுந்தரம் வேறுபடுத்தியே காட்டியுள்ளார். நாவலின் தரம் என்பதில் வேறு காரணங்கள் செயல்பட்டபோதும், தன் படைப்புலகுக்குள் அவர் கையாளும் சிக்கலை வெகு நேர்மையாகவே இந்த மூன்று நாவல்களிலும் வெளிப்படுத்துகிறார்.

கிராமத்தை மையமாகக் கொண்ட நாவல்களில் மேற்கண்ட நாவல்களிலிருந்து வேறுபட்ட சிக்கலைக் கொண்டது 'அறுவடை.' இதுவும் சொத்துக்கள் நிறையக் கொண்ட பணக்கார விவசாயியைப் பற்றியதுதான் என்றாலும், சிக்கல் வேறு. சொத்துக்கள் தன் பேரில் இருப்பதனாலேயே தன் விருப்பத்திற்குச் செயல்படும் அறுபது வயதுக்கு மேற்பட்ட கிழவரைப் பற்றியது. சின்னப்ப முதலியார் அறுபது வயதான பின்னும் ஆசையை இழக்காதவர். அவர் இச்சைக்கு எத்தனையோ பெண்களைப் பயன்படுத்திக் கொண்டிருந்த போதும், இன்னும் தேடலில் ஈடுபட்டிருப்பவர். அதனாலேயே அவர் மகனோடு கோபித்துக்கொண்டு காட்டுச் சாளையில் வந்து குடியேறுகிறார். அவருக்குப் பெண் பார்த்துத் திருமணம் செய்வதில் கருப்பண்ண முதலியார் அக்கறை காட்டுகிறார். அந்த அக்கறை பணம் கறப்பதற்காக; தன் சொந்தச் செயல்களைப் பார்த்துக் கொள்வதற்காக. அவரது மகனும் மருமகளுமே அவரது ஆசைக்கு எதிராக இருக்கிறார்கள். ஆனாலும் அவர் ஒன்றும் அஞ்சுகிறவரல்லர். அவரிடம் வேலை செய்த நாச்சிமுத்துவின் பெண் தேவானைக்கும் அவரது பேரனுக்கும் காதல் நடக்கிறது. அவனுக்குக் காதல் பொழுதுபோக்கு; அவளுக்கோ அது முழு உண்மை. கடைசியில்

நாச்சிமுத்துவின் கையாலாகாத நிலை, தேவானையைச் சின்னப்ப முதலியாருக்கு மணம் முடிக்க ஒப்புகிறது. செய்தியைக் கேட்டதும் பேரன் சுப்பிரமணிக்கோ மகிழ்ச்சி.

> எவனையாவது கட்டிக்கிட்டு எங்காச்சும் போயிருந்தா யானால் நமக்கு எவ்வளவு கஷ்டம். எங்க தாத்தனைக் கட்டிக்கிறது நல்லதாப் போச்சு (அறுவடை, ப.68)

என்றே சொல்கிறான். தாத்தனுக்கும் பேரனுக்கும் பெரிய வேறுபாடில்லை. ஒருவகையில் பார்த்தால் தாத்தனாவது பரவாயில்லை. திருமணம் செய்து கொள்வதாகச் சொல்கிறார். பணம் படைத்தவர்கள் குடும்பத்தில் இது போன்ற நிகழ்ச்சி சாதாரணமானதுதான். அவர்களின் மனோபாவமும் இப்படியானதுதான். கொங்குப் பகுதியில் கிழங்கள் சிறுவயதுப் பெண்களைத் திருமணம் செய்துகொண்டதற்கு நிறையச் சான்றுகள் உள்ளன. இத்தகைய ஒரு பகுதியைச் ஷண்முகசுந்தரம் காட்டுகிறார்.

ஷண்முகசுந்தரத்தின் உலகம் காங்கயம் – சென்னிமலைச் சாலையில் உள்ள பத்துப்பதினைந்து கிராமங்கள்தாம். அவை வளமான பசுமை கொண்டவை அல்ல. வானம் பார்த்த பூமி; எங்கோ ஒரு சில கிணறுகள். குனிந்து தலைத்துண்டு அவிழப் பார்த்தாலும் அதன் ஆழம் தெரியாது. அங்கு வாழும் மக்களும் அந்த அளவு ஆழமானவர்கள் தாம். அவர்களில் ஒருவராகச் ஷண்முகசுந்தரம் இருக்கிறார். மிகக் குறிப்பாகச் சொல்வதென்றால், கிராமத்து உயர்சாதியினரான கவுண்டர், முதலியார் ஆகியவர்களின் வாழ்க்கைச் சிக்கல்களை அவர்களுடைய பார்வையில் நின்று ஷண்முகசுந்தரம் சொல்கிறார். அதிலும் சாதாரண விவசாயக் குடும்பம் 'நாகம்மாள்' மட்டும்தான். மற்ற அனைத்தும் பணக்கார விவசாயிகளுக்கு இடையிலான ஆதிக்கப் போட்டிகளும், உறவுச் சிக்கல்களும்.

கொங்கு நாட்டில் விடுதலைக்கு முன்னான காலத்தில் சொத்துத் தகராறுகளும் வரப்புச் சண்டைகளும் மலிந்து நீதிமன்றங்களுக்கு நடையாய் நடந்த மக்கள் அதிகம். கோவை மாவட்டத்தில்தான் அதிக வழக்குகள் போடப்பட்டுள்ளதாகவும் கூறுவர். அந்தச் சிக்கல்கள் ஷண்முகசுந்தரம் நாவல்களில் அடியோட்டமாக வந்துகொண்டே இருக்கின்றன. நாகம்மாளில் பாகப்பிரிவினைத் தகராறு; பூவும் பிஞ்சும் நாவலில் நிலச் சுவாதீனச் சிக்கல் என்று நிலம் தொடர்பான சிக்கல்கள் அந்த மக்களோடு கலந்துவிட்டவை; அவர்களின் குருதியில் ஊறியவை. அவர்களுக்கும் மண்ணுக்கும் இடையறாத் தொடர்பு இருக்கிறது. அதனால்தான், வேறு எந்தச் சிக்கலில் தொடங்கினாலும் அது

நிலத்தகராறாக உருமாறி, முன்வந்து விடுகிறது. அந்த வகையில் ஷண்முகசுந்தரத்தின் பதிவு நேர்மையானது; அவருடைய படைப்புலகம் மிகக் குறுகியது. கொங்குக் கிராம வாழ்க்கையின் எல்லாப் பகுதிகளையும் உள்ளடக்கியதல்ல. பெருவிவசாயிகளின் குறிப்பிட்ட சில சிக்கல்களுக்குள் சுருங்கி விடுகிறது.

கூட்டுக் குடும்ப உடைவு, ஆதிக்கப் போட்டி, நிலத்தகராறு என அவர் காட்டும் சிக்கல்கள் முழுமையான வடிவம் கொள்ள, அதன் எல்லாப் பரிமாணங்களும் வெளிப்படப் பின்னணி முக்கியமானது. பின்னணி செயற்கையாகக் கொண்டுவந்து ஒட்ட வைக்கப்படுவதில்லை. அது இயல்பாக உருவாகி வருவது; எழுத்தோட்டத்தினூடாகவே எழும்பி நிற்பது. ஷண்முகசுந்தரத்தின் நாவல்களில் அவர் எங்குமே பின்னணி குறித்த விவரக் குறிப்புகளைக் கொடுப்பதில்லை. அவை எல்லாம் அவருக்கு முக்கியமானவையல்ல. ஆனால் அவையின்றி அவர் எழுத்துக்களில்லை. இரண்டும் ஒன்று தழுவி, ஒன்றுக்குள் ஒன்றாக, தனியே பிரித்துப் பார்க்க முடியாதபடி உருவாகி வருகின்றன. இந்த அடிப்படையில்தான் ஷண்முகசுந்தரம் வெற்றி பெற்றவராக, முன் நிற்கிறார்.

ஷண்முகசுந்தரத்தின் படைப்புலகின் இன்னொரு பகுதி கிராமத்திலிருந்து நகரத்திற்குச் செல்கிறது. அவர் நகரத்தைக் காட்டும் பாங்கு, கிராமத்திலிருந்து நகரத்திற்குப் படிக்கச் சென்று, பின் திரும்பவும் கிராமத்திற்கே வந்து விடும் மனிதர்கள் மூலமாகவோ, நகரத்திலேயே குடியேறிவிட்டவர்கள் மூலமாகவோ ஆகும். அவருடைய ‘தனிவழி’ நாவல் இவ்வகையில் முக்கியத்துவம் பெற்றதாகும்.

கிராமம் – நகரம் என்பதைப் பழமை – புதுமை என்பதாகச் ஷண்முகசுந்தரம் பொருள்படுத்துகிறார். பழமைக்கும், புதுமைக்குமான போராட்டத்தை அவர் கட்டமைக்கக் கிராமம் – நகரம் என்கிற எதிர்ப் பின்னணியைப் பயன்படுத்திக் கொள்கிறார். கிராமத்து மதிப்பீடுகள் எல்லாம் நகரத்தில் எவ்வகை மரியாதையும் அற்று உடைபடுவதை மிகுந்த சோகத்துடனும், அதே சமயம் ஏதும் செய்ய இயலாத நிலையில் கிராமத்து மதிப்பீடுகள் கையற்று நிற்பதை இரக்கத்துடனும் சொல்லிச்செல்கிறார். ‘தனிவழியில்’ நாச்சப்பன் கிராமத்து வண்டிக்காரன். அவன் மகன் கிட்டப்பன். நாச்சப்பனுக்கு நேரும் விபத்தின் பின் கருப்பண்ணன் மூலமாக அவர்கள் நகரத்துக்கு வருகிறார்கள். மகன் கிட்டப்பனுக்கு நூற்பாலையில் வேலை கிடைக்கிறது. மகனுடனேயே நாச்சப்பனும் தங்குகிறான். நூற்பாலை தொடர்பான தொழிற்சங்கச் செய்திகள், இளைய தலைமுறையின் கட்டற்ற விடுதலை உணர்வு போன்றவற்றை நாச்சப்பனின்

பார்வையிலிருந்து ஷண்முகசுந்தரம் சொல்கிறார். நாவலின் கதை நடைபெறும் காலம்,

> *சுதந்திர இந்தியா உதயமாகி அப்போது இரண்டு ஆண்டுகள் ஆகியிருந்தன (தனிவழி, ப.10).*

என்று சொல்வதிலிருந்து விடுதலைக்குப் பின்னான காலகட்டம் என்பதை உணரலாம். நாச்சப்பன் பழைய ஆள். பழைய காலம் எப்படியானது?

> *முப்பது வருசங்களுக்கு முன்னர் அவன் சந்தித்த மனப்பாங்குகளுக்கும் இன்றைய மனோநிலைக்கும் ஒரு 'தொடர்பு' இருந்த போதிலும் அந்த இழையில் 'முட்டு முடிச்சுகள்' நிறைய விழுந்துவிட்டன என்பதைக் கண்ணாரக் கண்டான் (ப.10).*

என்ன தொடர்புகள்? முட்டு முடிச்சுக்கள்? கிராமத்தில் இருக்கும்போதே மாற்றங்களை உணர்ந்தாலும் அவன் நிலை, இப்படியாகி விடுகிறது.

> *இருப்பினும் அவன் கண்மூடி ஞானிதான். இமுக்குப் பொடுக்கென்று ஏதும் சொல்லாமல் தனக்குள்ளே அடக்கிக் கொண்டான் (ப.10).*

புதிய மாற்றங்களைக் கண்டு பழமை இப்படித்தான் தனக்குள் சுருங்கிக் கொள்ள வேண்டியிருக்கிறது. அதன் எதிர் வினைகள் செயலளவில் எதுவுமில்லை. வேண்டுமானால், மனதுக்குள்ளேயே முனகிக் கொள்ளலாம். விடுதலைக்குப் பின் மக்களுடைய நடவடிக்கைகளிலே ஏற்பட்ட மாற்றங்களை நாச்சப்பன் பார்வையில்,

> *எங்கும் பணப்புழக்கம். நோட்டுக்கள் "முறி" படுவது சர்வ சாதாரணம். தலைக்கு ஒரு துண்டு. உருமாலாகவும் மேல் துண்டாகவும் அதுவே உதவும். இடுப்பு வேட்டியைத் தொடைக்கு மேல் கோவணம் போல் செருகிக் கட்டிக் கொண்டு சென்ற கவுண்டர்கள்,ஏன் "பலபட்டறை"களும்கூட இப்போது "பாதமளவு வேஷ்டியும் முண்டாசுப் பனியன்களும்" வெள்ளை வெள்ளையிலும் பல தினுசுக் கலர்களிலும் அப்படித்தான் அரைக்கை சொக்காய்களுமாகக் காட்சி தந்தார்கள். குடுமி வைத்த ஆட்களைத் தேடித்தான் கண்டுபிடிக்க வேண்டும். நெற்றிக்கு இட்டுக் கொள்வார் யாரையும் காணோம். முன்பு அடிமடியில் சுருக்குப் பையிலோ அல்லது வேட்டித் தலைப்பிலோ பணத்தை முடித்து வைத்திருப்பார்கள். சில்லறையை ஒன்றுக்கு மூன்று தரம் எண்ணிக் கொடுத்தவர்கள் நோட்டுக்களை நீட்டி,*

> உம் மிச்சத்தைச் சீக்கிரம் சுடு நாச்சப்பா என்கிறார்கள். அவனைப் பொறுத்தவரை எவ்வித அவசரமும் கிடையாது. மற்றவர்களுக்கோ சதா அவசரம்தான். நிற்க நேரமில்லை. வெகு வேகமாகப் போய்க் கொண்டிருக்கிறார்கள். அவர்கள் எல்லாம் எங்கே போகிறார்கள் *(ப.10,11)*

என்றவாறு ஷண்முகசுந்தரம் கூறுகிறார். கிராமத்து ஆட்களின் நடை, உடை, பாவனைகளில் மட்டுமல்ல, பண்பு நலன்களிலும் மாற்றங்கள் ஏற்பட்டு விட்டன. அதுவே, அவனுக்குப் பெரிய வியப்பாக இருக்கிறது. அப்படிப்பட்டவன் நகரத்துக்குள் போகும்போது கேட்கவே வேண்டியதில்லை. அவன் கிராமத்து மண்ணில் பிறந்து வளர்ந்தவன். அவனுடைய வாழ்வில் விரைவுகளுக்கு இடமே கிடையாது. சந்தையிலும், திருவிழாவிலும்தான் ஓரளவு நெரிசலைக் கண்டிருப்பான். அந்தக்கூட்டம் நகரத்தோடு ஒப்பிடும்போது மிகச் சாதாரணம். அவனுடைய மனம் கிராமத்து வாசனைகளாலும், அதன் பழக்க வழக்கங்களாலும் நிரம்பியது. அவனுக்கு நகரத்து நடவடிக்கைகள் எதுவும் பிடிப்பதில்லை.

> சங்கொலி . . . . அவன் காதுகளுக்கு இழவு வீட்டில் ஒலிக்கும் பறை ஒலியாகவே பட்டுவந்தது. சங்குச் சத்தம் கேட்டவுடன் சிட்டாய்ப் பறக்கும் ஆண்களும், பெண்களும், உள்ளேயிருந்து "திமு திமு"வென்று வருகிற கூட்டமும், காப்பி – டீ கடைகளில் பொங்கி வழிகிற 'நெரிசல்'களும் அவனுக்குச் சுத்தமாகப் பிடிப்பதில்லை. வீட்டுத் திண்ணையில் உட்கார்ந்திருந்தால் சாலையில் போவோர் வருவோர் காட்சிகள் நன்கு தெரியும். அந்தச் சமயங்களில் நாச்சப்பன் கண்களை மூடிக் கொள்வான். வேப்ப மரமும், காற்றும் மட்டும் துணைக்கு இல்லாமல் இருந்திருந்தால் பக்கத்துத் தோட்டத்திற்குள் ஓடி எங்காவது மர நிழலில் உட்கார்ந்து கொள்வான் *(ப.42)*.

சங்கொலியை இழவு வீட்டுப் பறையொலியாக உணர்வதும், நெரிசலைக் கண்டு கண்களை மூடிக் கொள்வதும், ஓடி ஒளிந்து கொள்வதுமாக அவன் நிலை உள்ளது. பழமையின் நிலை அதுதான். புதுமையைத் தீமையின் அறிகுறிகளாகக் காண்பதும் அவற்றை வெறுத்துக் கண்மூடிக் காதடைத்து வாய்பொத்திக் கிடப்பதும், அதிலிருந்து தப்பித்து ஓடி ஒளிந்து கொள்வதுமாகத்தான் பழமை எதிர்வினை செலுத்துகிறது. செயலற்ற நிலையில் தன்னைக் காப்பாற்றிக் கொள்ளவும் அதற்கு அதுதான் வழி. அதற்கு ஏற்றாற்போல வண்டி கவிழ்ந்து விபத்தில் கால் உடைந்தபின் நாச்சப்பன் நகரத்துக்கு வர நேர்கிறது. ஒருவகையில் முடமான பழமையைக் குறிப்பதாகக் கொள்ளலாம்.

அவனால் செய்ய முடிவது என்ன? தன் பழைய வாழ்க்கையை நினைத்து ஏக்கம் கொள்வதுதான். தனக்குள்ளேயே பெருகும் அந்நினைவுகளில் மூழ்கி நெகிழ்ச்சி அடைவதுதான்.

> பட்டாச் சத்தத்தைக் கேட்டால், மாடுகள் மேய்வதைப் பார்த்தால், எருமை நியாயத்தை அடுத்த வீட்டுக்காரி எடுத்தால், கன்றுக்குட்டி துள்ளி வருவதைக் கண்டால் பழைய நப்பாசை அவனைப் பற்றிக் கொள்கிறது. கீரனூருக்குத் தாவுகிறது மனம் *(ப.49).*

அவன் செயல்படத் துணிவது ஒரே ஒரு இடத்தில்தான். அதுவும் அவன் வாழ்க்கையை நிச்சயமின்மைக்குள் செலுத்தும் சிக்கலை ஒட்டியது. மகன் கிட்டப்பன் நூற்பாலையில் வேலை செய்யும் குஞ்சாளைத் திருமணம் செய்து கொள்ள விழைவதை அறிந்ததும், அதைத் தடுக்கவும் தன் ஊர் பக்கமாகப் பெண் பார்த்துத் திருமணம் செய்து வைக்கவும் அவன் விரும்புகிறான். திருமணம் அவனைப் பழைய வாழ்க்கைக்குக் கொண்டு சென்றுவிடும் என்று எண்ணுகிறான். அவனுடைய உறவுகள் புதுப்பிக்கப்படும்; குடும்பத்திற்கு ஒத்துவருகிற, நான்கு ஆண்களுக்கு மத்தியில் சமதையாக உட்கார்ந்து வாயாடாத, வீட்டுக்குள்ளிருந்து குடும்பத்தைக் கவனித்துக் கொள்கிற பெண்தானே அவனுக்கு மருமகளாக வேண்டும். ஆனால், அவன் எண்ணம் எந்த வகையில் நிறைவேறும்? கிட்டப்பன், தந்தை பேச்சைக் கேட்டு நடக்கிற நிலையைத் தாண்டியவன். வீட்டு மூலையில் வேளா வேளைக்குச் சோற்றைத் தின்றுவிட்டுக் கிடக்கிற கிழவனுக்கு அவன் அடிபணிய வேண்டிய காரணம் எதுவுமில்லை. திருமூர்த்தி மலையில் குஞ்சாள் கழுத்தில் மங்கல நாணை அணிவித்து விட்டான். இங்கேயும் பழமையின் செயல்பாடு முடக்கப்படுகிறது. நாச்சப்பன் – கிட்டப்பன் வாயிலாகப் பழமையையும், புதுமையையும் மோத விடுவதையும், புதுமை தன்பாட்டுக்கு முன்னேறிக் கொண்டு செல்வதையும், பழமை வெறும் பார்வையாளராகப் பணிந்து போக வேண்டிய வலுக்கட்டாயத்தையும் தனி வழியில் ஷண்முகசுந்தரம், நாச்சப்பனின் பார்வையில்தான் கதையைச் சொல்லுகிறார். நாச்சப்பனைப் போலவே, நகரத்தைப் பார்த்து வியந்து போகும் கிராமத்துக்காரர் தான் ஷண்முகசுந்தரம்.

நகரத்தைக் கிராமத்துப் பார்வையில் நின்று படைத்தாலும், கால வளர்ச்சியில் நகரம் கிராமத்தை விழுங்குவதையும், புதுமை பழமையைப் புறக்கணிப்பதையும் தன் போக்கில் காட்டிச் செல்கிறார். கிராமம் சிறந்தது என்று கூறவோ, அதன் பண்பாடுகளை, மதிப்பீடுகளை மீட்டெடுக்க முயல்வதோ, அதற்காகப் பரிந்து பேசுவதோ அவருடைய வேலையில்லை;

யாரையும் தன் பக்கம் இழுக்க அவர் முயல்வதில்லை. ஆனால் பழையவற்றிற்காக ஏங்கும் வருத்தத்தின் சாயல் நாவல் முழுவதிலும் இழையோடுகிறது.

சட்டி சுட்டதுவிலும் இதே போன்றதொரு சிக்கல்தான். அதில் பாத்திரங்கள் நகரத்திற்கு வருவதில்லை. என்றாலும் இரண்டுக்குமான மோதலில் பழமை பின்வாங்கி ஒதுங்கிக் கொள்வதை, அதன் இயலாமையைச் சோகத்துடன் சொல்லி முடிக்கிறார். சாமியப்ப கவுண்டர் பழைய மதிப்பீடுகளின் உருவம். அவருடைய மதிப்பீடுகள் அனைத்தும் நகரத்துத் தாக்கம் பெற்ற தன் மகன்களாலும், இறுதியில் தன் மகளாலும் உடைபடுகின்றன. அப்போதெல்லாம் அவர் எதிர்க்க இயலாமல், தனக்குள்ளேயே தன் வேதனையைச் செரித்துக்கொண்டு, ஒத்துப் போகிறவராகத்தான் இருக்கிறார். இரண்டுக்குமான மோதலை உள்ளோட்டமாகவே ஷண்முகசுந்தரம் அமைத்துச் செல்கிறார்.

கல்லூரியில் படிக்கச் செல்லும் இளைய தலைமுறையின் வாயிலாக நகரத்தைக் காட்டும் அழியாக் கோலம், காணாச் சுனை, மூன்று அழைப்பு, உதய தாரகை உள்ளிட்ட மற்ற நாவல்களிலும், கிராமத்துக்காரரின் மனப்பாங்கிலேயே, வியப்பும், வெகுளித்தனமும் கொண்டவராகவே நகரத்தை அவர் அணுகுகிறார்.

> என்னடா இது! ஊசி குத்த இடமின்றி இப்படி நிற்கிறார்களே. ராத்திரிக்கு எப்படிப் படுத்துத் தூங்குவார்கள்? (ப.44)

என்று கேட்கும் நாச்சியப்பனின் வெகுளித்தனத்தோடே ஷண்முகசுந்தரமும் கல்லூரி மாணவர்களின் செயல்களைப் பார்க்கிறார்.

நகரத்தில் அவர் நாவல்கள் அலைந்தாலும் நகரத்துச் சிக்கல்களைத் தொட்டிருப்பது மிகக் குறைவு. தனிவழி நாவல் தவிர வேறு எதிலும் இல்லை என்றுகூடச் சொல்லலாம். தனிவழியில் தொழிற்சாலை தொடர்பான சிக்கல்கள் பலவற்றை வெளிப்படுத்துகிறார். தொழிற்சங்கங்களின் செயல்பாடுகளை எள்ளல் தொனியில் அவர் விமர்சிப்பதைக் காணலாம். இன்றும்கூட தொழிற்சங்கங்களின் போலித்தனத்தைப் பிற படைப்புகள் அம்பலப்படுத்தவில்லை. அதைச் ஷண்முகசுந்தரம் அறுபதுகளிலேயே செய்திருக்கிறார்.

> கருப்பண்ணன் எந்தச் சங்கத்தைச் சேர்ந்தவனோ. அவர்களுக்குள்ளேயே கடும் போட்டி. சம்பளத் தேதியில் நின்று கொண்டு சந்தா வசூலிப்பதில் அவை மும்முரமாக

ஈடுபட்டிருக்கும்பொழுது அந்தக் கடுமை உச்சகட்டத்தை அடையும் (ப.44).

சந்தா வசூலிப்பதும் தொழிலாளர்களைத் தங்கள் பக்கம் இழுப்பதுமே சங்கங்களின் வேலை. சங்கத் தலைவர்கள் குறித்து,

என்னதான் தொழிலாளர்களுக்காக உயிரைக் கொடுத்துப் பாடுபட்டாலும் இப்படி வாயாரத் தின்பதைப் பார்த்தால் சகிக்காதாம். வெளியே சொல்வார்களா? நம்ம பணம் அல்லவா கோலா உருண்டையாகவும் ஈரல் வறுவலாகவும் வடிவெடுக்கிறது என்று கிலேசம் உண்டாகுமாம்; தலைவருக்கும் காரியதரிசிக்கும் அது சொந்த ஊர் அல்ல. வீடு அங்கில்லை. அப்படி வீடே இருந்தாலும் சாப்பாட்டுக் கெல்லாம் போய்க் கொண்டிருந்தால் பிரச்சினைகள் என்ன ஆவது? காரியதரிசி ஒரு நாள் சொல்லிக் கொண்டு இருந்தாராம். அவர் சென்னை சென்றுவிட்டுத் திரும்பி தம் சொந்த ஊர் அவினாசிக்கு வரும்போது திருப்பூரிலேயே இறங்கிக் கொள்வாராம். மனைவி மக்களுக்குப் பழங்கள் அது, இது என்று என்னத்தையாவது வாங்கி வர மாட்டாரா? கோவை, சிங்காநல்லூருக்கே வந்து விட்டுப் பிறகு ஊர் செல்லலாம் என்றால் கையிலிருக்கும் பண்டங்கள் தொழிலாளர் கண்களைக் குத்துமாம். இத்தனை சாமான் வாங்க அவருக்கு அத்தனை பணம் ஏது? (பக்.35, 36)

எனச் ஷண்முகசுந்தரம் கணிக்கிறார்.

விடுதலை அடைந்த இரண்டாண்டுகளிலேயே தொழிற்சங்க நிலைமை இப்படித்தான். சங்கங்களிலிருக்கும் பிளவுகளையும் அவர் விட்டு வைக்கவில்லை. தொழிலாளர்கள் நிலை, தொழிற்சங்கச் சிக்கல்கள் குறித்த விமர்சனங்களை வைத்து எழுதப்பட்ட முதல் நாவலாகவும் தனிவழியைக் கூறலாம். அவர் படைப்புலகத்தில் சற்றே வேறுபட்டதும், சிறிது சாய்ந்து வேறோர் உலகை அவர் பார்க்க முற்பட்டதும் இந்த நாவலில் தான். தனிவழி அதனடிப்படையிலும் சிறந்த நாவல்களில் ஒன்றாக விளங்குகிறது.

கிராமம், நகரம் சார்ந்து தனது படைப்புலகை அமைத்துக் கொண்ட ஷண்முகசுந்தரம், அவற்றை வெறுமனே சித்திரிப்ப தோடு நின்று விடுவதில்லை. அவற்றினூடாக வாழ்க்கை பற்றிக் கேள்விகளை எழுப்பிக் கொண்டே செல்கிறார். அவருடைய உலகுக்குள் அலை மோதும் முக்கியமான கேள்வி, மனிதன் ஏன் இப்படி இருக்கிறான்? கீழான காரணங்களுக்கெல்லாம் உறவுகளை அறுத்துக்கொள்ள விழைவது ஏன்? சேர்ந்து வாழ்வதில் அவனுக்கு என்ன இழப்பு? காலகாலமாகப் பின்னிக் கிடந்த

உறவு இழையை எளிதாகப் பிய்த்தெறிந்து விடமுடிகிறதே எப்படி? இதுபோல மனிதனின் மன வேறுபாடுகளைப் பற்றிய பல கேள்விகளை நாவல்களின் இயல்கின்ற பக்கங்களில் இருந்தெல்லாம் கேட்டபடியே இருக்கிறார். எத்தனையோ வகையான விடைகளும் அவருக்குக் கிடைக்கின்றன. பதவி, போட்டி, பொறாமை, பழமை, புதுமை, விருப்பம் என்று அவை விரிய விரிய அவற்றுக்குள்ளிருந்தும் கேள்விகள் கிளைக்கின்றன.

விடைகளைத் தேடுதலின் தொடர்ச்சியாகவே அவர் நாவல்கள் இயங்குகின்றன. மனித உறவுகளைச் சுமுகமாக்கிப் பார்ப்பதில் தீராத ஆனந்தம். எல்லாச் சிடுக்குகளையும் களைந்து, உறவுகளைச் சேர்க்க நாவல்களில் அவர் எவ்வளவோ முயற்சி செய்கிறார். மிகச் சாதாரணமாக ஒருவருக்கொருவர் நேரில் சந்தித்துப் பேசிக்கொண்டாலே சிக்கல்கள் தீர்ந்து உறவு சுமுகமாகி விடும் என்று உணர்த்த முயல்கிறார். சில சமயங்களில் இந்த உறவுச் சிக்கலை எந்த அளவு வளர்த்துக்கொண்டு போக முடியுமோ அதுவரை போகிறார். உச்சத்தில் அடி வாங்கித் திருந்துபவர்களையும், அப்போதும் திருந்த மறுப்பவர்களையும் அவர் வியப்போடு சிக்கல்களைக் களைய இயலாமல் திகைத்து நிற்கிறார்.

இவ்வாறு இயல்பான, சாதாரண, நடைமுறை வாழ்க்கையிலிருந்து உருவாகும் அவரது படைப்புலகம், வாழ்க்கை பற்றிய மனித உறவுகள் பற்றிய கேள்விகளாக விரிந்துசெல்கிறது.

●

3

கதை மாந்தர்களின் இயக்கம்

ஆர். ஷண்முகசுந்தரத்தின் படைப்புலகில் மிகவும் சாதாரணமாக இயங்கிக் கொண்டிருப்பவர்கள் கைம்பெண்கள். கைம்பெண்கள் வராத நாவலே இல்லை என்றுகூடச் சொல்லிவிடலாம். ஷண்முகசுந்தரத்தின் நாவல்களில் மட்டுமல்ல, கொங்கு வட்டார நாவல்களுக்கே உரிய பொதுத்தன்மையாக இதைக் காண முடிகிறது. காரணம், கொங்கு நாட்டின் ஆதிக்க சாதியினரான வேளாளரில் கைம்பெண்களுக்குக் கண்டிப்பான பல சட்டதிட்டங்கள் உள்ளன. குழந்தை இல்லாவிட்டால் அவர்கள் புகுந்த வீட்டில் இருக்க முடியாது. பிறந்தவீட்டு அடுக்களைக்குள் அடைபட்டுக் கிடக்க வேண்டும். அவர்கள் வாழ்க்கை அத்தோடு முடிந்து போயிற்று. வெள்ளைச் சேலை அணிய வேண்டும். மங்கல நிகழ்ச்சிகளில் கலந்துகொள்ளக் கூடாது. அவர்களுடைய இயக்கம் கட்டுக்குள்ளானது. நாகம்மாள், அறுவடையில் தேவானையின் அத்தை அங்கம்மாள், தனிவழியில் மாரக்காள், பனித்துளியில் முத்தக்காள், அழியாக்கோலத்தில் வீராத்தாள், காணாச்சுனையில் மணியின் தாய், சட்டி சுட்டதில் கணக்கய்யரின் தங்கை (அய்யர் சாதியைச் சேர்ந்தவர்), மாயத்தாகத்தில் சின்னம்மாள், வரவேற்பில் வெங்கத்தாள் என்று அவர்களைப் பட்டியலிடலாம். அவர்களில் நாவலுக்கு மையமாக இயங்குபவர்கள் நாகம்மாள், மாரக்காள், முத்தக்காள் ஆகிய மூவரே. இதில் நாகம்மாளுக்கும் மாரக்காளுக்கும் ஒவ்வொரு பெண் குழந்தை இருக்கிறது. அதனாலேயே அவர்கள் சிக்கலின் மையத்திற்கு வருகிறார்கள்.

நாகம்மாள் தமிழ் நாவல்களில் விஞ்ச முடியாத பாத்திரம். அவளுடைய இயக்கம் அதுவரைக்குமான கட்டுத்திட்டங்கள் எல்லாவற்றையும் மீற முயல்பவை. தனக்கு இழைக்கப்படும் கொடுமைக்குத் தானே நியாயம் கேட்கப் புறப்பட்டவள். அவளைப் பொருத்தவரைக்கும் தன் உறவினர்கள் அவளுடைய உரிமையைப் பறிக்க முற்படும்போது, அதை எதிர்க்கத் தன்னாலான முயற்சிகள் எல்லாம் செய்கிறாள். ஊரார் பேச்சுக்கு அடிபணியாமல், கெட்டியப்பனைப் பலமுறை தனியாகச் சந்திக்கிறாள். தனக்குப் பாகப்பிரிவினை வேண்டும் என்று போர்க்குரல் எழுப்புகிறரள். அதன்முடிவு பற்றிய சிந்தனை எதுவுமின்றி இயங்குகிறாள். அவள் ராணிபோல் ஆதிக்கம் செலுத்துகிறவள். சுய ஆளுமை கொண்டவள். யாரையும் ஒரு சொல்லில் அடக்கிவிடும் வன்மை வாய்ந்தவள். இத்தனைக்கும் அவள் படிப்பறிவு கொண்டவள் அல்ல. இன்றைய பெண்ணுரிமைக் கருத்துகளை அறிந்தவள் அல்ல.

நாகம்மாளுக்கு முன்னர், படிப்பறிவோடு இருந்தாலும் கணவனை அண்டி வாழ்வதையே பெண்ணுக்குரிய குணங்களாகக் கொண்டவர்களாகவும், மிஞ்சிப் போனால் பெண்கல்வி, பால்ய விவாக எதிர்ப்பு போன்ற ஒரு சில சீர்திருத்தக் கருத்துகளை உதிர்ப்பவர்களாகவும் தாம் தமிழ் நாவல்களில் பெண்கள் காட்டப்பட்டனர். அதற்கு இன்னொரு காரணம், அவர்கள் எல்லோரும் மூளை உழைப்பால் வாழும் ஆதிக்க சாதிகளைச் சேர்ந்தவர்கள். நாகம்மாள் உடல் உழைப்பையே முதன்மையாகக் கொண்ட உழவுக் குடும்பத்தைச் சேர்ந்தவள். இங்கே ஆணுக்கு நிகராகப் பெண்ணும் உழைக்க வேண்டியிருக்கிறது. ஆகவே அவள் சுயமாக இயங்க முயல்வதற்கு வழிவகைகள் உள்ளன. அவளுக்கு ஆதரவாக எந்தப் பெண்ணும் நிற்கவில்லை. மாறாகத் தூற்றத்தான் செய்கிறார்கள். அவற்றைப் பொருட்படுத்தாத நாகம்மாள் தன் பாதையில் போகிறாள். தமிழில் சொத்துரிமைக்காக முதல் குரல் கொடுத்த பெண்ணும் நாகம்மாள்தான். கூட்டுக் குடும்பத்தை உடைக்க முற்படுகிறவளும் நாகம்மாள்தான். அவளுடைய முயற்சிகள் எப்படி முடிந்தன என்பது வேறு. ஆனால் அத்தகைய முயற்சிகளை முதலில் நாகம்மாள்தான் செய்கிறாள். நாகம்மாளின் இயக்கத்தை எந்தச் சக்தியும் கட்டுப்படுத்துவதில்லை. ஷண்முகசுந்தரம் பிரிவினை தவறு என்ற கருத்தை வலியுறுத்தும் பாங்கில் இந்நாவலை எழுதியபோதும் நாகம்மாள் திருந்திக் கண்ணீர் வடிப்பதாகவோ, அவள் வாய்மூலம் பிரிவினைவாத எதிர்ப்புப் பிரச்சாரம் செய்வதாகவோ முடிக்கவில்லை. மாறாக, அவர்கள் பாதையில் அவர்கள் விருப்பத்திற்கு இணங்கத் தானாக இயங்க விட்டு விடுகிறார். நாகம்மாளின் இயக்கத்தில் ஷண்முகசுந்தரம் எங்கும் குறுக்கிடாத காரணத்தாலேயே,

அவள் ஷண்முகசுந்தரத்தின் படைப்பாளுமையை உயர்த்தும் பாத்திரமாக விளங்குகிறாள்.

நாகம்மாளுக்கு நிகரான பாத்திரம் ஷண்முகசுந்தரத்தின் பிற எழுத்துக்களில்கூட இல்லை. தனிவழியில் வரும் மாரக்காள் வளர்ந்த பெண்ணைக் கொண்டவள். அவள் கணவன் அவளை விட்டுவிட்டு எங்கோ போய்ச் செத்துப்போனான். அவளுக்கு ஆதரவென்று யாரும் இல்லை. நாலைந்து வயதுப் பெண் குழந்தையோடு அவள் எங்கெங்கோ அலைந்து கடைசியாகக் கோவை சிங்காநல்லூருக்கு வந்து நூற்பாலையில் சேர்ந்து விட்டாள்.

> எங்கோ கால்கள் போனபடி நாலைந்து வயதுக் குழந்தையையும் இடுப்பில் எடுத்துக்கொண்டு கிளம்பினாள். கீழே விட்டால் அது நடக்கிறதா? இடுப்பில் வைத்துக்கொண்டு உங்களால் நடக்க முடிகிறதா? நிழல் கண்ட இடத்தில் உட்காருவது. வாய்க்கால் ஓடினால் தண்ணீர் அள்ளிக் குடிப்பது. யாரோ பரிதாபப்பட்டுக் குழந்தை சிணுங்குகிறதே என்று என்னவாவது தந்தால் அதன் வயிற்றை நிரப்பிக் கொண்டு எட்டு நாள் நடையாய் நடந்து திருப்பூரை அடைந்து விட்டாள் (தனிவழி, ப.54).

அவளுடைய மனத்திண்மைதான் என்ன? 'எப்பாடு பட்டேனும் தன் பெண்ணை நல்லவிதமாய் வளர்க்க வேண்டும்' என்பதுதான். உற்றார் உறவினரின் துணையில்லாமல் ஒரு கைம்பெண் தன்னை நிலைநிறுத்திக் கொள்ளும் துன்பத்தைச் சொல்லி விளங்காது. மாரக்காள்கூடத் தன் வாழ்க்கைக்காக யாரையும் நம்பியிராமல் தானாக இயங்கக் கூடியவள். எந்த நிலையிலும் கலக்கம் கொள்ளாதவள். தன் மகள் குஞ்சாளைக் கிட்டப்பனுக்குத் திருமணம் செய்துவிட விரும்புகிறாள். அது நிறைவேறாது என்கிற நிலை வருகிறபோதும் அவள் தடுமாறவில்லை.

> பேரூருக்கு அங்கண்ணனையும் குஞ்சாளையும் கூட்டிக் கொண்டு போய் ஒரு மணி நேரத்திற்குள்ளாகத் தாலி கட்டச் செய்கிறேனா இல்லையா பார் (ப.100).

என்று அவள் மனம் சவால் விடுகிறது. அவள் பட்ட துன்பங்கள் எதைக் கண்டும் அஞ்சாதவளாக அவளை ஆக்கியிருக்கின்றன. நாகம்மாளைப் போலச் சமூக மதிப்பீடுகள் மீது மோதலை நடத்துகிறவளாக மாரக்காள் இல்லை. ஆனால் தனியாக ஒரு பெண்ணால் வாழ்க்கை நடத்த முடியும் என்பதை நிரூபிக்கும் போக்கில் அவளுடைய இயக்கம் உள்ளது. கடன் தொல்லைக்குப் பயந்து ஓடிவிடுகிற கணவனைப் போலக் கோழை இல்லை, அவள். உழைப்பும் உழைப்பே வாழ்வு என்பதும் தவிர வேறு எதுவும்

அறியாதவளாதலால் அவளது இயக்கம் வாழ்வின் நசுக்கும் கரங்களை எதிர்த்துப் போராடுவதாக உள்ளது. அந்த அளவில் மாரக்காள் பாத்திரம் சிறந்து விளங்குகிறது.

அறுவடையில் வரும் தேவானையின் அத்தை, குழந்தைகள் இல்லாதவள். கைம்பெண்ணாகத் தம்பி வீட்டிற்கு வந்த பின் தாயற்ற தேவானையை வளர்த்துக் காப்பாற்றும் பொறுப்பு அவளுக்கு வருகிறது. தம்பி பொறுப்பற்றவன்; சம்பாதிக்கத் துப்பில்லாதவன்; வெற்றுப்பேச்சும், வீண் ஆரவாரமும், ஊர் சுற்றுவதும்தான் அவனுடைய வேலைகள். இந்த நிலையில் தனி ஒருத்தியாக நின்று குடும்பத்தைக் காப்பாற்றுகிறாள். இட்லி சுட்டு அதனை ஊர் ஊராக எடுத்துச் சென்று விற்பது அவள் செய்யும் தொழில். வீட்டுச் செலவுக்குத் தம்பியை எதிர்பார்த்திராத அவள் தன்னம்பிக்கை குறிப்பிடத்தக்கது. அதைத் தவிர வேறு எந்தச் சமயத்திலும் இயக்கம் அற்றவளாகவே அவள் காணப்படுகிறாள். தேவானையை எழுபது வயதுக் கிழவருக்குத் திருமணம் செய்துகொடுக்க அவள் தந்தை முயலும்போது, அதை எதிர்க்கவோ, மறுத்துப் பேசவோ திராணியற்றவளாக இருக்கிறாள். 'தேவானையை அருகில் இழுத்துக் கட்டிக்கொண்டு 'ஓ' வென அழுவதைத்' தவிர வேறு எதுவும் செய்ய முடியவில்லை.

வரவேற்பு நாவலில் வரும் வெங்காத்தாள், மிகப் பெரிய பண்ணயத்தை நிர்வகிக்கும் திறன் கொண்டவளாகவும் மனத்திண்மை உடையவளாகவும், தானாக முடிவெடுக்கும் ஆற்றல் வாய்ந்தவளாகவும் உள்ளாள். கணவன் இறக்கும்போது குழந்தைகள் இரண்டும் சிறியவை என்றாலும் பண்ணயத்தைக் கவனித்துக்கொண்டு குழந்தைகளைக் காப்பாற்றுகிறாள். கணவன் இருக்கும்போது ஏற்பட்ட பகையின் காரணமாக அண்ணன் வீட்டோடு ஏற்பட்ட உறவு முறிவை, பின்னெப்போதும் சரிசெய்து கொள்ள முயல்வதேயில்லை. அவர்களைப் போலவே அவளும் மனத்திண்மை கொண்டவளாக இருக்கிறாள். வளர்ந்த பின் மகன் சாமியப்பன் அவளுடைய அண்ணன் மகளை விரும்புவது தெரிகிறது. அவளுடைய மனத்திண்மை சற்றும் குலையவில்லை.

> அப்படீன்னா இந்த ஊட்டிலே ரண்டு பேருக்கு எடம் இல்லீடா சாமி *(வரவேற்பு, ப.152)*

என்று சுருக்கமாகச் சொல்லிவிட்டு எழுந்து போய்விடுகிறாள். அவள் குடும்பம் தழைக்க வந்த ஒரே மகன் என்றாலும் அவள் பிடிவாதம் தளரவில்லை. வெங்காத்தாளைத் தானாக இயங்கும் பாத்திரமாகச் ஷண்முகசுந்தரம் படைத்திருக்கிறார்.

அழியாக்கோலம், காணாச்சுனை, சட்டி சுட்டது ஆகிய வற்றில் வரும் கைம்பெண் பாத்திரங்கள் மையமானவை

அல்ல; வந்து போகும் பாத்திரங்களே. அதனால் அவற்றிற்குப் பெரிய முக்கியத்துவம் எதுவும் கொடுக்கப்படுவதில்லை. சமையல் செய்பவர்களாகவும், பக்தி நிறைந்தவர்களாகவும் அவர்கள் இருக்கிறார்கள். தவிர, சிக்கல்கள் எதிலும் அவர்கள் ஈடுபடுவதில்லை.

பனித்துளியில் வரும் முத்தக்காள் பாத்திரம் நாவலுக்கு மையமான இன்னொரு கைம்பெண் பாத்திரம். ஒரு கைம்பெண்ணின் உணர்ச்சிகளைக்கூட இந்நாவலில்தான் விரிவாக வெளிப்படுத்துகிறார்.

எதிரில் படுத்துத் தூங்கிக்கொண்டிருந்த தம் மகளை (முத்தாயா) ஒருதரம் உற்றுப் பார்த்தார் கருப்பண்ண கவுண்டர். என்ன நினைத்தாரோ என்னவோ, ஒரு நீண்ட பெருமூச்சு விட்டார். அவள் கூந்தல் அவிழ்ந்து அலையோடிக் கிடந்தது. மாராப்புச் சேலை சற்றும் நெகிழாமல் இறுக்கிக் கட்டிக் கொண்டிருந்தாள். உதட்டில் வெற்றிலைச் சாரம் ஏறியிருந்தது. வெள்ளை வெளேரென அவள் அணிந்திருந்த புடவையும் அந்த மங்கிய வெளிச்சமும் கருப்பண்ண கவுண்டர் திருஷ்டிக்கு வேறுவிதமாகப்பட்டது. எங்கோ கண்காணாத இடத்திலே ஆழமான ஒரு சுனையிலே இந்த உலகத்தின் தொடர்புகளை எல்லாம் அறுத்துக்கொண்டு, விடுதலை பெற விரும்பிய ஜீவன் ஒன்று நீரில் மிதப்பது போலிருந்தது.

ஆம். இந்த உலகத்தில் அவள் கண்ட சுகம் என்ன? பிறந்தாள். பிறந்து கண்ட பயன்? எல்லோரையும் போலத்தான் இவளும் ஒரு புருசனைக் கட்டிக் கொண்டாள். ஆனால் புருசன் இறந்து இன்று வருசம் ஆறு ஆகிறது. அதாவது கலியாணமான ஆறாம் மாதம் கணவனை இழந்து கைம்பெண்ணாகத் தந்தையின் வீட்டுக்கு வந்து சேர்ந்தாள். தன் மகள் இந்த இளவயதில் வாழ்க்கையைப் பலி கொடுத்துவிட்டதை எண்ணிக் கருப்பண்ண கவுண்டர் அடிக்கடி ஏங்குவார் (பனித்துளி, பக். 58, 59).

கைம்பெண் குறித்த, அவளது வாழ்க்கை குறித்த உணர்வுகளை இந்த இடத்தில் வெளிப்படுத்தி உள்ளார் ஷண்முகசுந்தரம். மிக இளம் வயதில் குறைந்த மாதங்களில் கணவனோடு வாழ்ந்து கைம்பெண் ஆனவள் அவள். அவள் மாரியப்பன் மீதோ நாச்சப்பன் மீதோ நாட்டம் கொள்வதை நேரடியாகக் குறிக்காமல் குறிப்பால் உணர்த்துகிறார். ஆனால் அவள் வரம்புமீறிப் போய்விடுவ தில்லை. அதற்குள் அவளைப் பற்றிய கதை கட்டப்பட்டு விடுகிறது. அவளுடைய தந்தைக்கும் ராமசாமிக் கவுண்டருக்கும் ஏற்பட்ட பகையில் அவளது ஒழுக்கம் பலிகடாவாகிறது.

ஆண்களுக்குள் ஏற்படும் பகைக்குப் பெண்கள் பலியாவது வெகுநாளைய வழக்கம்தான். பெண் ஆணின் மதிப்பையும் மரியாதையையும் காப்பாற்றுகிறவள். அவள் ஒழுக்கக் கேடாக நடந்தால் ஆணின் வெளியுலக மதிப்பு பாதிக்கப்படுகிறது. எதிரியைப் பழி வாங்குவதற்குப் பெண்களின் ஒழுக்கம் கருவியாகப் பயன்படுத்தப்படுவதை இந்நாவலில் காணலாம்.

> கள்ளுக்கடைக்காரர் மவ முத்தாயாளுக்கும் நாச்சப்பனுக்கும் கொஞ்சம் எடவாடு உண்டு போலிருக்குதுங்க (ப.42).

என்று பொன்ன பண்டாரம் சொல்வதை ஆராயாமல் அப்படியே ஏற்றுக்கொண்டு பரப்பவும் வழி வகுத்து விடுகிறார் ராமசாமிக் கவுண்டர். தன் மீது இத்தகைய பழி சுமத்தப்படுவதைக் கேட்ட முத்தாயா, நாகம்மாளைப் போல எடுத்தெறிந்து பேசுவதில்லை. குற்றம் பேசுபவர்கள் மீது ஆதிக்கம் காட்டி ஒடுக்குவதில்லை. மாறாகத் தற்கொலை செய்துகொள்ள முயல்கிறாள். இங்கே முத்தாயாள் அப்படித்தான் முடிவெடுக்க முடியும். நாகம்மாளைப்போல, தன்னியல்பான இயக்கம் கொண்டவள் அல்ல அவள். தந்தையையும், தமையனையும் சார்ந்து வாழ்கிற நிலையில்தான் இருக்கிறாள். சமையலறைதான் அவள் கதி. அப்படிப்பட்டவள் வெளி உலகத்தை எதிர்கொள்ளும் நிலை தற்கொலையாகத்தான் இருக்க முடியும்.

ஷண்முகசுந்தரம் நாவலில் கைம்பெண்களைப் பல இடங்களில் தன்னம்பிக்கை கொண்டவர்களாகவும், தானாக முடிவெடுத்து இயங்கும் பாத்திரங்களாகவும் படைத்துள்ளார். ஆனால், நாவல்களில் வரும் பிற பெண்கள் – அதாவது சுமங்கலிப் பெண்களின் நிலை என்ன? அவர்கள் ராமாயியைப் போல (நாகம்மாள்) கணவன் முதுகை அண்டியவர்களாகவும், சமையலறைக்குள் புகுந்து கிடப்பவர்களாகவும், கணவனின் மதிப்பை நிலை நிறுத்தும் நகைப் பெட்டகங்களாகவும், வீண் பெருமை பேசுபவர்களாகவுமே காணப்படுகிறார்கள். இவர்கள் எல்லாருமே தன்னியல்பான இயக்கம் அற்று வந்துபோகும் பாத்திரங்களே. பனித்துளியில் மட்டும் ராமசாமிக் கவுண்டரின் மனைவி செல்லக்காள், ஒரு பெண்ணுக்கு வீண்பழி சுமத்த முற்படும் கணவனை எதிர்த்துப் பேசுகிறாள்.

> ஏ உங்களுக்கெல்லாம் புத்தி இப்படிப் போகுது? ஒரு ஊட்டுக்குள்ளெ பெத்தப் பொறப்பா இருந்தா முதுகு தேச்சு உடரதில்லையா? என்னமோ சீமையிலிருந்து வந்தவங்க போலப் பேசறீங்களே? (ப.43)

என்று கேட்கிறாள். அவளுடைய சீற்றம் சரியானதாக இருக்கிறது. ஆனால் அவளால் என்ன செய்யமுடியும்? கணவன் ஒரே வார்த்தையில் அடக்கி உள்ளே அனுப்பி விடுகிறார். இவ்விதம்

ஷண்முகசுந்தரத்தின் நாவல்களில் பெண் பாத்திரங்களை அவரவர் இயல்புக்கேற்ப இயங்க விடுகிறார்; இயங்குகின்றன.

அடுத்து, அவருடைய நாவல்களில் முக்கியமாகப் பார்க்க வேண்டியவை பணக்கார விவசாயிகளின் பாத்திரங்கள்; அவர்களைப் 'பண்ணாடிகள்' எனலாம். அவர்களின் மோதல்கள், வெற்றுப் பெருமைகள் போன்றவை ஷண்முகசுந்தரத்தின் பல நாவல்களின் கருவாகி உள்ளன. அவர்களை இரண்டு வகையினராகப் பிரிக்கலாம். முதல் வகையினர் அமைதியான குணம் கொண்டவர்கள்; எல்லோருக்கும் உதவுபவர்கள்; மக்களைச் சார்ந்து மக்களோடு வாழ்பவர்கள்; அவர்களின் சுகதுக்கங்களில் பங்கேற்பவர்கள்; மொத்தத்தில் நல்லவையே உருவானவர்கள். இரண்டாம் வகையினர் போர்க்குணம் உடையவர்கள்; கருமிகள்; தங்களைச் சார்ந்தவர்களும் தன் உறவினர்களும் ஊர் மக்களும் எப்படிப் போனால் என்ன என்று கருதுபவர்கள்; அவளை உறிஞ்சுவதை, அடித்துப் பிடுங்குவதைத் தொழிலாகக் கொண்டவர்கள்; தீயவற்றின் வடிவானவர்கள். முதல் வகைப்பட்டவர்கள்தான் ஷண்முகசுந்தரத்தின் விருப்பத்திற்குரிய மாந்தர்கள். அவர்களுடைய குணங்களை மிகைப்படுத்திக்காட்டவே இரண்டாம் வகைப்பட்ட பாத்திரங்கள் படைக்கப்பட்டுள்ளன.

தன் தந்தை காலத்தில் மிகுந்த புகழோடு இருந்து பின் நொடிந்து போன குடும்பம் சின்னப்பன் குடும்பம் (நாகம்மாள்). ஆனால் தந்தையின் குணங்களைக் கொண்டவன் அவன்; கால நிலையைக் கருதி எதிலும் பட்டுக் கொள்ளாமல் ஒதுங்கி நிற்பவன் அவன்; நல்லவன்; யாருக்கும் தீங்கு செய்யாதவன்; 'ரவிசுரச்சைக்குப் போகாதவன்.' அவனுக்கு எதிராகத் துன்பம் கொடுப்பதையே நோக்கமாகக் கொண்ட மணியக்காரர் பரம்பரையோ மோசமானது.

தம்மைக் கண்டவர்கள் குறுகி, ஒடுங்கி, எண்சாண் உடம்பும் ஒரு சாணாகப் போக வேண்டுமென்று அவரது ஆசை (நாகம்மாள், ப.85).

அத்தகைய ஆசை கொண்டதற்கேற்பவே அவரது செயல்பாடு களும் உள்ளன.

சின்னப்பனையும் அவன் பங்காளிகளையும் பிரித்துவிட்டு மட்டம் தட்ட வேண்டும் என்று கங்கணம் கட்டிக் கொண்டிருந்தார் மணியக்காரர். இதில் அவர் அநேகமாக வெற்றியும் அடைந்து விட்டார் (ப.87).

எதிராளியை ஒழித்துக் கட்டுவதற்காகத் திட்டமிட்டுச் செயலாற்றுவது இவரது பண்பு. சிறு நிகழ்ச்சிகளைக் கூட,

தூண்டிப் பெரிதாக்கி, எதிராளி படும் துன்பத்தில் மகிழ்கிறவர்; நாகம்மாளைத் தூண்டி விட்டுப் பாகப்பிரிவினை கேட்கச் செய்வதில் மணியக்காரருக்கு முக்கியப் பங்கு உண்டு. அவருக்கு ஆலோசனை சொல்ல வாய்த்தவர்கள் நாராயணசாமி முதலியார் போன்ற 'புளுகுணி குண்டுப் புரட்டன்கள்' தான். சின்னப்பன் உடல் அடிப்படையிலும் இளைத்தவன்; பூஞ்சை உடம்பு; அந்தக் கிராமத்திலிருந்தும் அவன் தேகம் திடகாத்திரமானதல்ல.

மணியக்காரர் உடலிலும் சின்னப்பனுக்கு எதிர்நிலையில் உள்ளவர்தான். நல்ல பாரசாரியான ஆள். கருவேலங்கட்டை மாதிரி அவரது காலும் கையும் உறுதியாயிருக்கும். அவருடைய மார்பு கடப்பைக்கல் போன்றிருந்தது. இதே பாத்திரங்கள் பூவும் பிஞ்சும் நாவலில் ராமசாமிக் கவுண்டர், மணியக்காரர் என்ற வகையில் வருகின்றன. ராமசாமிக் கவுண்டர் சின்னப்பனைப் போலவே நல்லவர். மணியக்காரர் முந்தைய மணியக்காரரைப் போலவே மோசமானவர். மணியக்காரர் வீரப்ப செட்டியாருடன் சேர்ந்து கொண்டு ஊர் மக்களின் நிலங்களை எல்லாம் பறிக்கிறார். அவர்களின் சாபங்களைப் பெறுகிறார். அவருக்குச் சொத்துச் சேர்ப்பதும் வீரப்ப செட்டியார் காட்டித்தந்த நகரத்துச் சுகங்களை அனுபவிப்பதுமே குறிக்கோள். தன் மக்களைக் குறித்த எந்த உணர்வுமில்லை. ராமசாமிக் கவுண்டர் அப்படியானவரல்ல. மணியக்காரரால் பாதிக்கப்பட்ட மக்களுக்குத் தன்னாலான உதவிகளைச் செய்கிறார்.

> இயற்கையிலேயே ராமசாமிக் கவுண்டருக்கு பரோபகார நோக்கு அதிகம் உண்டு. ஒரு விதத்தில் மற்றவர்களிடமிருந்து அவர் மாறுபட்டே இருந்தார் (பூவும் பிஞ்சும், ப.55)
>
> ஊருக்குள் கட்சி என்ற பேச்சே இருக்கக் கூடாதென்பதற்கு எவ்வளவோ முயற்சித்தார். தனிமனிதன் முயற்சியால் எல்லாமே திருந்தி விடுகிறதா? எப்படியோ போகட்டும். தன்னைப் பொருத்தவரையிலாவது அது திருப்தி தான் என்று இருந்தார் (ப.56).

எத்தனையோ பேர் மணியக்காரருக்கு எதிராக அரிவாளைத் தீட்டிக்கொண்டு சீற்றத்தோடு புறப்பட்டார்கள். ராமசாமிக் கவுண்டர் வன்முறையில் நம்பிக்கை வைக்காதவர். ஆகவே, அவர்களை அமைதிப்படுத்தி அனுப்புகிறார்.

> கடைசியாக ராமசாமிக் கவுண்டர் முழு உதவியும் செய்வதாக வாக்களித்த பிறகுதான் தீட்டிய அரிவாளைக் கீழே வைத்தார்கள் (ப.56).

ராமசாமிக் கவுண்டர் அத்தோடு நின்றுவிடவில்லை. மணியக்காரரிடமே நேரில் போய் அவருடைய செயல்களை

விமர்சிக்கவும் செய்கிறார். அவரைத் திருத்தவும் முயல்கிறார். அதனால் ஒன்றும் மாற்றம் நிகழ்ந்து விடவில்லை.

> ராமசாமிக் கவுண்டன் கோபத்தைத் தணிக்க ஆன மட்டும் பார்த்தான். முடியவில்லை. அவர் (மணியக்காரர்) பிடிவாதமாகவே இருந்தார். குற்றம் செய்யாதவன் கூட சில சமயம் குற்றத்தை ஒப்புக்கொண்டு விடுகிறான். ஆனால் குற்றவாளி குற்றத்தை ஒப்புக்கொள்வதுதானே அரிய காரியமாக இருக்கிறது *(ப.57).*

இரண்டு பாத்திரங்களின் தன்மைகளையும் எதிர் எதிராக ஆசிரியர் நிறுத்துகிறார். அவர் குறிக்கோளுக்கு உட்படுத்துவது ராமசாமிக் கவுண்டரின் பாத்திரத்தைத்தான். அதன் நல்ல தன்மைகளை மிகுவித்துக் காட்டும் பொருட்டு, மணியக்காரரின் தீய செயல்களை அடுக்கிக்கொண்டே போகிறார்.

அடுத்து, 'பனித்துளி'யில், 'பண்ணாடி'களாக உலவும் மூன்று பாத்திரங்கள் வருகின்றன. கருப்பண்ண கவுண்டர், ராமசாமிக் கவுண்டர், மணியக்காரர். இவர்களில் கருப்பண்ண கவுண்டரும் ராமசாமிக் கவுண்டரும் பகைமை பாராட்டி மோதுகின்றவர்கள். மணியக்காரர் இது போன்ற மோதல்களில் நம்பிக்கையற்றவர்; எதையும் பேச்சு வார்த்தைகள் மூலமே தீர்த்துக்கொள்ள விரும்பு கிறவர். ஒரு கட்டத்தில் கருப்பண்ண கவுண்டரும், ராமசாமிக் கவுண்டரும் மோதலில் சலிப்படைந்து, சமாதானமாவதற்கும் கூட மணியக்காரரே காரணம். மணியக்காரரை அமைதி வழியில் நம்பிக்கை கொண்டவராகவும் பிறருக்கு உதவும் தாராள குணம் கொண்டவராகவும் படைத்துள்ளார்.

இத்தகைய பாத்திரங்களைப் படைப்பதில் ஷண்முகசுந்தரத் திற்கு ஒரு நோக்கம் உள்ளது. இந்தப் பண்ணாடிகள் கிராமத்தில் ஆதிக்கம் செலுத்துபவர்கள்; அவர்களுக்குக் கீழ் உள்ள மனிதர்களை ஏமாற்றுவதோடு, அவர்களின் உழைப்பையும் சுரண்டுபவர்கள். ஆனால் அவர்களை நல்லவர்களாகவும், எல்லோருக்கும் உதவுபவர்களாகவும் அமைதி வழியில் நம்பிக்கை கொண்டவர்களாகவும் ஷண்முகசுந்தரம் படைக்கிறார். அதனை வலியுறுத்தும் பொருட்டே எதிர்நிலைப் பாத்திரங்களையும் உருவாக்குகிறார். இறுதியில் எதிர்நிலைப் பாத்திரங்கள் திருந்தி விடுகின்றன. இங்கே ஷண்முகசுந்தரம் கொண்டிருக்கும் காந்தியக் கொள்கையின் ஒரு கோட்பாடான தர்மகர்த்தா முறை தத்துவத்தின் வடிவமாக இந்த நல்ல பாத்திரங்கள் உருவாகியுள்ளதைக் காணலாம்.

> செல்வர்களும் முதலாளிகளும் தம்மைத் தர்மகர்த்தாக்களாகக் கருதிக் கொண்டு சமுதாயத்தின் நன்மைக்காகச் செயல்பட

வேண்டும் என்பது இம்முறையின் நோக்கமாகும் (சபா. அருணாசலம், ப.91).

இந்தக் கோட்பாட்டை ஏற்றவர்களாகவும், பின்பற்றுபவர்களாகவும் ஒரு வகைப் பாத்திரங்களும் அவர்களுக்கு எதிர் நிலையான பாத்திரங்களாக, 'காந்தியக் கோட்பாடுகளுக்கு எதிரான பாத்திரங்களாக' – இன்னொரு வகைப் பாத்திரங்களும் உள்ளன. 'தேவைக்கு மேல் பொருளை விரும்பாமை' என்பதும் காந்தியத்தின் பொருளாதாரக் கொள்கைகளில் ஒன்று. பொருள் ஆசையினால் ஏற்படும் விளைவுகளையும், வன்முறையினால் ஏற்படும் தீங்குகளையும் காட்டும் வகையில் அவரது எதிர்நிலைப் பாத்திரங்கள் உள்ளன. 'பண்ணாடிகளாக' வரும் பாத்திரங்களின் இயல்புகளைத் தமது கோட்பாடுகளுக்கேற்ப மாற்றி அவற்றின் தன்னியல்பான இயக்கத்தைக் கட்டுப்படுத்தும் பொறுப்பைச் ஷண்முகசுந்தரம் செய்துள்ளார். அதற்கேற்பவே இந்நாவலில் முடிவுகளும் அமைந்துள்ளன. சுயசாதி – ஆதிக்கசாதிப் பெருமைகளைப் பேசும் பொருட்டு வெளிவந்த பல திரைப்படங்களுக்கு அடிப்படையான கரு ஷண்முகசுந்தரம் நாவல்களில் உள்ளது. ஆனால், அவர் சாதிப் பெருமைகள் பேசுவதை நோக்கமாகக் கொண்டிருக்கவில்லை. அவர் கொண்டிருந்த கோட்பாடுகளே அவரை இயங்க வைத்தன.

இத்தகைய பாத்திரங்களின் வகை மாதிரி 'சட்டி சுட்டது'வில் வரும் சாமியப்ப கவுண்டர் பாத்திரமாகும். அகிம்சையின் கூறுகளாகக் காந்தியடிகள் கூறும்,

அன்பு செலுத்துதல்
எவரிடத்தும் வெறுப்பின்மை
தவறு செய்தவரிடத்தும் அன்பு செலுத்துதல்
உடைமைப் பற்றின்மை (மேற்படி, ப.82)

போன்றவற்றின் மொத்த உருவமாகச் சாமியப்ப கவுண்டரை உருவாக்கி உள்ளார். அவர் தம்முடைய மகன்களிடம் மட்டுமின்றி எல்லோரிடத்தும் அன்பு செலுத்துகிறவராக இருந்தார். அவர் வாழ்வில் ஏற்பட்ட கொடிய துன்பங்களுக்கெல்லாம் காரணமாக இருந்த மீனாட்சி கடைசியாக மீண்டும் அவர் வாழ்வில் குறுக்கிட வருகிறாள். அப்போதும் அவர் அவளை வெறுக்கவில்லை.

அன்பு அவரைப் படாதபாடு படுத்திவிட்டது!
பாசத்தின் கொடுமை அவரைப் பிய்த்தெடுத்துவிட்டது
உலகில் அன்பு கொண்டோர் அனைவரும் இவ்விதம்
அன்புத் தொல்லைக்கு ஆளாகி இருப்பார்களா?
(சட்டி சுட்டதடா, ப.115)

அன்பிற்கு ஏற்படும் சோதனைகளைக் கண்டு அவர் கலங்கியதில்லை. அவற்றை எதிர்கொள்ளும் துணிவுடனே அவர் செயலாற்றுகிறார். இவை மட்டுமா? அவருக்கு உடைமைப் பற்றும் கிடையாது. சொத்துக்கள் எல்லாம் அவருடையவை தான். அவற்றை அவர் விரும்புவதில்லை. மகன்களிடம் கேட்டுப் பெறவும் முயலவில்லை. அவரோடு அவர் மகள் வேலாத்தாள் இருக்கிறாள். அவளுக்குத் திருமணம் செய்யும் கடமையும் அவர்முன் இருக்கிறது. என்றாலும் அவர் வீட்டிலிருந்து ‘கையை வீசிக்கொண்டு’ தான் வெளியேறுகிறார்.

> தனக்கென வைத்துக்கொள்ள வேண்டுமென்று அவர் நினைக்கவில்லை *(ப.32).*

அவர் மனைவியின் நகைகளைக்கூட எடுத்து வரவில்லை. அவற்றைப் பெற வேண்டும் என்கிற எண்ணமுமில்லை. மற்றவர்கள் அதைப்பற்றிப் பேசியபோதும் அவர் உள்ளத்தில் நகை ஆசை என்பதற்கு இடமேயில்லை. உடைமைப் பற்றில்லை என்பதோடு, தனது தேவையைப் பொருட்படுத்தாமல் பிறருக்கு உதவும் மனப்பான்மையும் அவருக்கு உண்டு. அவர் மகளும் அப்படிப்பட்டவளே. கொடுப்பதைத் திருப்பிக் கேட்பதும் கிடையாது. ‘நல்ல தர்மகர்த்தா’ வாகவே அவர் செயல்படுகிறார்.

> பலசரக்கு வியாபாரி பொன்னப்பன் பஞ்சத்தில் அடிபட்டு எங்கிருந்தோ வந்தான். அப்போது அவனிடம் ஒரு சரக்கும் இல்லை *(ப.43).*

அவனுக்குப் பணம் கொடுத்து வியாபாரம் செய்ய வைத்தவர் சாமியப்ப கவுண்டர்தான். அவருடைய இயல்புகளைப் பற்றிச் ஷண்முகசுந்தரமே தகவல்களைத் தருகிறார்.

> சாமிக் கவுண்டர் தன்னைப் பற்றி என்றைக்குமே கவலைப் பட்டுக் கொண்டவரல்ல. விவரம் தெரிந்ததிலிருந்து பாசப்பிடிப்புகளுக்குள் அன்புப் பிணைப்புகளுக்குள் அலையாடி வந்தவர் அவர். தெரிந்தவர்கள் தெரியாதவர்கள் எல்லோருமே அவருடைய உதவியை நாடி வருவார்கள். சுற்றுப்புறப் பத்து பனிரண்டு பெரிய சிறிய கிராமங்களில் ஒரு பதினைந்து மைல் சுற்றளவுக்குள் யார் வீட்டில் எந்த விசேஷம் என்றாலும் இவருக்குத்தான் முதல் வெற்றிலை பாக்கு; ஏழை பாளை வீட்டுக் கல்யாணம் என்றாலும் முன்னதாகவே இவர் போய்ச் சேர்ந்து விடுவார். முகூர்த்தம் முடிந்ததும் புறப்பட்டு விடுகிற பெரிய மனிதத் தோரணைக்கும் அவருக்கும் வெகுதூரம். குடும்பத்தில் ஒன்றாக ஒன்றி விடுகிற இயல்பு; பொண்ணு மாப்பிள்ளைக்குப் பத்து

ஐந்து வைத்துக் கொடுப்பது பிறர் கண்களுக்குத் தெரியாது. இல்லாதவனுக்குத் தானே போட்டு எத்தனையோ திருமணங்கள் நடத்தி இருக்கிறார்; கொடுப்பது மூன்றாம் பேருக்குத் தெரிந்தால், அது தருமம் ஆகாதப்பா என்பார் (பக். 42,43).

காந்தியம் குறிக்கோளாகக் கொண்ட தருமகர்த்தாவுக்கு இருக்க வேண்டிய குணங்கள் எல்லாம் கொண்டவர் சாமியப்ப கவுண்டர். பணக்காரப் பண்ணாடிகளின் வகை மாதிரிப் பாத்திரமல்ல அவர். காந்தியத் தர்மகர்த்தா முறையைப் பின்பற்றிச் ஷண்முகசுந்தரம் உருவாக்கி வந்த பாத்திரத் தொடர்ச்சியில் முழு நிறைவு பெற்ற தர்மகர்த்தாப் பாத்திரத்தின் வகைமாதிரி அவர். இங்கே சாமியப்ப கவுண்டர் இயல்புப் பாத்திரமல்ல. குறிக்கோள் பாத்திரம். அதனால்தான் அவரால் தன்னியலாக இயங்க முடிவதில்லை. ஷண்முகசுந்தரம் இயக்குகிறார்.

மூத்த தலைமுறையைச் சேர்ந்த பணக்காரப் பண்ணாடி களுக்கு நிகராக நாவல்களில் சமமான தளத்தில் இயங்குபவர்கள் இளைய தலைமுறையினர். இவர்களில் பெரும்பாலானோர் பண்ணாடிகளின் மகன், மகள்கள். இவர்களை இரண்டு பின்னணியில் இயங்க வைக்கிறார். நகரத்திற்குச் சென்று படிப்பவர்கள்; நகரத்திலேயே இயங்குபவர்கள். படிப்பை முடித்துவிட்டுக் கிராமத்துக்கு வந்து விட்டவர்கள்; கிராமத்திலேயே இயங்குபவர்கள். மேலும் சிலர் படிப்பு வராமல், படிக்கப் பிடிக்காமல் கிராமத்திலேயே இருப்பவர்கள். இளைய தலைமுறைப் பாத்திரங்களும் இருவகையில் இயங்குகின்றன. குறிக்கோள் நோக்கில் தங்கள் செயல்பாடுகளை அமைத்துக் கொள்பவர்கள்; அவர்களுக்கு எதிராக இயங்குபவர்கள். சொல்லப்போனால், பண்ணாடிகளின் பாத்திரங்களைப் போலவேதான் இவையும்.

'பூவும் பிஞ்சும்' நாவலில் வரும் மாரியப்பன் ராமசாமிக் கவுண்டரின் மகன். நகரத்திற்குச் சென்று படித்துவிட்டு வந்தவன்; கிராமத்து மனிதர்களிடையே நிகழும் மோதல்களை வெறுப்பவன்; அவர்களைச் சீர்திருத்த முயல்பவன். அவனுடைய கருத்திற்கு உடன்பட்டு உதவ முன் வருபவள் செல்லாயா. மாரியப்பன் இங்கு குறிக்கோள் பாத்திரம். அவனுக்கு எதிராக நாவலில் நிறுத்தப்படுவது மோதல் நிறைந்த, வன்மம் கொண்ட சூழல். பனித்துளி நாவலிலும் மாரியப்பன் பாத்திரம் இந்த நிலையில் இதே கருத்துக்களோடு இயங்குகின்றது.

அழியாக்கோலம், காணாச்சுனை இவற்றில் இரு நிலைப்பட்ட பாத்திரங்களும் இயங்குகின்றன. கல்லூரியில் படித்து வரும் குறிக்கோள் பாத்திரங்களையும், அவற்றிற்கு எதிராக நடராசன்

போன்ற பாத்திரங்களையும் நிறுத்துகிறார். இந்த எதிர்நிலைப் பாத்திரங்கள் நவீன நாகரிக போதைக்கும் பழக்கங்களுக்கும் அடிமையானவர்கள். நடராசனுடைய அறையைப் பற்றிய சித்திரம்.

> நடைபாதை சின்னப் புத்தக வியாபாரி கடை பரப்பி இருப்பானே. அப்படி சினிமாப்பாட்டுப் புத்தகங்களும் நட்சத்திர வண்ணப்படங்களும் குவிந்து கிடந்தன. கதாநாயகிகள் மேஜைக்குள்ளும் புகுந்து கொண்டிருப்பார்கள். சுவரை அலங்கரித்தார்கள். சில கதாநாயகர்களை ஜோடி சேர்த்துக் கத்தரித்து ஒட்டியும் வேலைப்பாடுகள் செய்து வைத்திருந்தான் *(காணாச்சுனை, ப.62).*

> அண்ணனின் அடங்காப் பிடாரித்தனம் – அப்படிச் சொன்னால் கூட முழுதும் எடுத்துக்காட்டியதாகாது – காவாலித்தனம் என்பதும் பொருந்தாது. தரக்குறைவு – லட்சுமியின் நெஞ்சில் கனமான பளுவாக வருத்திக் கொண்டிருக்கிறது *(ப.63).*

> காலிப்பயல்கள் பெண்கள் போகும்போது லேசாகச் சீழ்க்கு ஒலியில் தங்கள் திவ்ய ரூபத்தைப் புலப்படுத்த முயல்வார்கள். வெறுக்கத்தக்க அந்த முயற்சிகளில் தன் அண்ணனும் பங்கு கொள்கிறான் *(ப. 63).*

என்றவாறு வருகின்றது.

காணாச்சுனையின் குறிக்கோள் பாத்திரமான கமலாவுக்கும் கதிர்வேலுவுக்கும் எதிர்நிலையாக, இவ்விதமான குணங்களை எல்லாம் கொண்டவனாக நடராசன் உருவாக்கப்பட்டிருக்கிறான். இளைய தலைமுறையினருக்கு எதுவும் பொருட்டில்லை. எந்த ஒன்றிலுமே மனம் முழுவதையும் ஒன்றச் செய்வதில்லை. அவர்கள் மேம்போக்கான பார்வைக்கு ஆளாகின்றவர்கள். 'அதுவா இதுவா' நாவலில் அருக்காணி பாத்திரம் இதைத்தான் உணர்த்துகின்றது. காதலைப் பற்றிய மிக மேலோட்டமான எண்ணம் கொண்ட தலைமுறையைச் ஷண்முகசுந்தரம் சித்திரிக்கிறார். இளைய தலைமுறையின் எதிர்நிலைப் பாத்திரமாக அருக்காணியைக் கூறலாம்.

இளைய தலைமுறையைச் சேர்ந்த பாத்திரங்களில் மிகச் சிறப்பான இயக்கம் கொண்ட பாத்திரங்கள் அறுவடையில் வரும் தேவானை, சுப்பிரமணியன் இருவரும். இந்த இரண்டும் ஷண்முகசுந்தரத்தின் நாவல்களில் தனித்துத் தெரியும் இயல்புப் பாத்திரங்களாகும். இருவருமே படிக்காதவர்கள். கிராமத்து மண்ணிலேயே இருப்பவர்கள். சுப்பிரமணியன் பணக்கார உழவர் வீட்டுப் பையன். தேவானை ஒன்றுமற்று ஊர்சுற்றும்

நாச்சிமுத்துவின் பெண். இருவரும் காதலிக்கின்றனர். சுப்பிரமணியன் தேவானையை உடல் இச்சைக்குப் பயன்படுத்திக் கொள்பவன்தான் என்பதை ஒரு சில சொற்களில்,

> "என்ன பண்ணுவனா? அது எனக்கே தெரியாது" என்று வீரமுடன் கூறினான் சுப்ரமணியன். ஆனால் மனத்திற்குள் இந்தப் பதில் அவனுக்குச் சிரிப்பை உண்டாக்கியது (அறுவடை, ப.27).

எனக் காட்டி விடுகின்றார்.

பொய்வேடம் போடும் அவன் முகத்திரையை தன் தாத்தாவுக்குத் தெய்வானையைத் திருமணம் செய்து கொடுக்கப் போகிறார்கள் என்று தெரியுமிடத்தில் கிழித்து எறிகிறார் ஷண்முகசுந்தரம்.

> எவனையாவது கட்டிக்கிட்டு எங்காச்சும் போயிருந்தா யானால் நமக்கு எவ்வளவு கஷ்டம்? எங்க தாத்தனைக் கட்டிக்கிறது நல்லதாப் போச்சு (ப.68).

என்று அவன் பேசும் பேச்சில் பணத்திமிர் ஒலிக்கிறது. ஒரு பணக்கார வீட்டு 'மைனருக்கே' உரிய இயல்பை ஆரவாரமற்ற முறையில் ஷண்முகசுந்தரம் விளக்கி விடுகிறார். அதேபோலத்தான் தேவானையும். அவள் அப்பாவி; வெகுளி; சுப்பிரமணியனை நம்பி ஏமாந்தவள். அவனுடைய வேடம் தெரியும்போது துக்கம் போய்க் கோபம்தான் வருகிறது. அவளைத் 'தேவடியாள்' என்ற பொருள்படும்படி அவன் குறிப்பிடும்போது, 'பளார்' என்று சுப்பிரமணியத்தின் கன்னத்தில் ஓர் அறை கொடுத்துவிட்டு அவன் முகத்திலே காறித் துப்புகிறாள். இந்நாவலைக் குறித்துச் சி.சு. செல்லப்பா கூறும்போது,

> (தேவானையின்) அந்தச் சீற்றத்தை அரை டஜன் வார்த்தைகளில் கச்சிதமாகச் சொல்லுகிற ஆசிரியரின் கலைத்திறமையைப் பாராட்டத்தான் வேண்டும் ('எழுத்து' இதழ், மார்ச் 1962, ப.72).

என்று கூறுகிறார். அறுவடை நாவலின் சிறப்புக்கு இந்தப் பாத்திரங்கள் இயல்புப் பாத்திரங்களாக அமைந்திருப்பதும் மிக முக்கிய காரணமாகும்.

ஷண்முகசுந்தரம் சமூகத்தில் ஏற்பட்டு வரும் மாற்றங்களை உணர்ந்தவர். அவற்றைப் பழமைவாதிக்குரிய பற்றோடு எதிர்த்து எங்கும் ஆர்ப்பாட்டம் செய்வதில்லை. பழைய மதிப்பீடுகள் மீது பிடிப்புக்கொண்டவர்தான் அவர்; அந்தக்கால மனிதர்களைப் பற்றிய பெருமித உணர்வு உடையவர். பழையவைதான் சரியானவை என்கிற பார்வை இருந்தாலும், புதியவற்றை

வியப்போடும் அளவற்ற ஆர்வத்தோடும் கவனிக்கக் கூடியவராக இருக்கிறார். மதிப்பீடுகள் மாறுவதையும் இத்தனை காலம் புனிதமானவை என்றெல்லாம் கட்டிக்காத்து வந்த, எண்ணத்தில் புதைந்திருந்தவை சட்டென்று ஒன்றுமற்றுப் போவதையும் காண அவருக்குள்ளான அத்தக்கால மனிதன் பயம் கொள்கிறான். எதிர்காலத் தலைமுறை நம்பிக்கை ஊட்டுவதாக இருக்க வேண்டும் என்கிற விருப்பத்தின் காரணமாகவே சமூகப் பற்றும் ஒழுக்கமும் நேர்மையும் கொண்ட குறிக்கோள் பாத்திரங்களையும் அவர் படைக்கிறார். அவரின் பயந்த மனதுக்குச் சமாதானம் ஏற்படுத்திக் கொள்ளும் வழியாகவும் இதைக் காணலாம்.

விடுதலைக்குப் பின்னான பெரும் மாற்றங்களை அவர் செரித்துக் கொள்ளச் சிரமப்பட்டிருக்கிறார். காலம் செல்லச் செல்ல எல்லா நிலைகளிலும் எழுந்த பேரிரைச்சலும் ஆரவாரமும் அவரை நிலைகுலைய வைத்திருக்க வேண்டும். மாறும் காலத்திற்கேற்ப அவரால் நடைமுறை வாழ்க்கையில் தன்னை மாற்றிக்கொள்ள இயலவில்லை. எத்தனையோ விதமான தொழில்கள் செய்தும் வெற்றி பெறாமல், கைப்பொருளை எல்லாம் இழந்திருக்கிறார். சமகால வாழ்க்கையோடு அவரால் ஒத்துப் போக இயலவில்லை. அதன் காரணமாகவே, அவருடைய பெரும்பான்மையான நாவல்கள் விடுதலைக்குப் பிறகு எழுதப்பட்டிருந்தாலும், விடுதலைக்கு முன்னான வாழ்க்கையைப் பேசுபவையாகவே உள்ளன. விடுதலைக்குப் பின்னான காலப்பின்னணி குறைவாகவே இடம் பெற்றுள்ளது. விடுதலைக்கு முந்திய காலத்தைப் பின்னணியாகக் கொள்வதில் அவருக்கு ஒரு வசதி கிடைத்திருக்கிறது. அவையும் பழைய தலைமுறைக்கும் புதிய தலைமுறைக்குமான வேறுபாட்டைப் பேசினாலும், குறிக்கோள் மாந்தர்களைப் படைக்க அவருக்கு ஒரு காரணம் கிடைத்திருக்கிறது. விடுதலைக்கு முந்தைய வாழ்க்கையின் மனிதர்களுக்குக் குறிக்கோள் – விடுதலை; காந்தியத்தின் அடிப்படையிலான எளிய வாழ்க்கை; சமூகத்திற்கான அர்ப்பணிப்பு. விடுதலைக்குப் பின் எது இலக்கு? எதைக் குறிக்கோள் என்று கொள்வது? எல்லாம் சரியும் காலத்தில் எதைக்கொண்டு முட்டுக் கொடுப்பது? ஆகவேதான் அவருடைய இளைய தலைமுறை மாந்தர்களையும் கூடப் பெரும்பான்மை விடுதலைக்கு முன்னான காலத்தைச் சார்ந்தவர்களாகவே படைத்துள்ளார்.

துணை மாந்தர்களில் இன்னொரு வகையினர். ஆதிக்க சாதியைச் சேர்ந்த ஏழைகள். அவர்களில் பணக்காரப் 'பண்ணாடி'களுக்குக் கைத்தடிகளாக வரும் பாத்திரங்களைப் பெரும்பான்மையாகச் ஷண்முகசுந்தரம் படைத்துள்ளார்.

நாகம்மாளில் கெட்டியப்பன், நாராயண முதலி ஆகியவை இத்தகைய பாத்திரங்கள். அவர்களைச் ஷண்முகசுந்தரம் மந்திரிகள் என்கிறார்.

> எப்போதும் மணியக்காரருக்கு யோசனை சொல்வதற்கு அநேக மந்திரிகள் உண்டு (நாகம்மாள், ப.87).

அவர்களுடைய வேலை என்ன?

> எங்கு என்ன நடந்தாலும் துளிவிடாது வந்து சொல்லி விடுவான். இதற்கு இப்படிச் செய்ய வேண்டும். அவர்கள் சங்கதி அப்படி இது என்றெல்லாம் யோசனை சொல்வான் ... எங்கே கல்லெறிந்தால் எந்தப்பழம் விழும் என்ற சங்கதியெல்லாம் தெரிந்தவன் (ப.87).

அவனுடைய குணாதிசயங்கள் எப்படி?

> இவன் ஒரு புளுகுணி, குண்டுப் புரட்டன் (ப.87).
>
> . . . சமயம் அறிந்து பேசுவான் (ப.87).

அதனாலெல்லாம் அவனுக்குப் பயன்தான் என்ன?

அதுதான் சமயம் என்று ஐந்து, பத்து கடனாகக் கேட்டு வாங்கிக் கொள்வான். அப்புறம் திருப்பிக் கொடுக்கிறதிற்குத்தான் இன்னும் ஐந்தோ, பத்தோ வேண்டியிருக்கிறதே; அதையும் மணியக்காரரிடமே வாங்க வேண்டி இருப்பதால் அவரும் முதலியாரிடம் பணம் திருப்பிக் கேட்பதில்லை(ப.88)

நாராயண முதலியின் செல்வாக்குக்கும் ஒன்றும் குறைவில்லை.

> மற்றவர் யோசனையானால் மணியக்காரர் நிராகரித்து விடுவார். ஆனால், நாராயணசாமி முதலியார் விஷயம் அப்படி அல்ல (ப.87).

பண்ணாடிகளுக்குக் கருத்துக் கூறி வயிறு வளர்க்கும் இத்தகைய பாத்திரங்களைச் ஷண்முகசுந்தரம் நாவல்களில் நிறையவே காணலாம். அறுவடையில் வரும் கருப்பண்ண முதலி பாத்திரமும் இத்தகையதுதான். கிழவரான சின்னப்ப முதலியாருக்குத் திருமணத்திற்கு வழி சொல்வதன் மூலம், அவரிடமிருந்து பணம் பெற்று வாழ்க்கை நடத்துகிறவர்.

> சின்னப்ப முதலியாருக்குப் பெண் தேடும் வேலையில் ஈடுபட்டிருக்கும் வரையிலும் அவருக்கு ஒரு கவலையும் ஏற்பட நியாயமில்லை. வருகிறதை தை மாதத்தில் தம் மகனுடைய கலியாணத்தை நடத்திவிடுவதென்று கங்கணம் கட்டிக் கொண்டிருந்தார் ... போகிற செலவுகளுக்குத் தான் பணம் கொடுப்பதற்குச் சின்னப்ப முதலியார் இருக்கவே இருக்கிறார் (அறுபடை, ப.40).

கருப்பண்ண முதலியாரின் ஏமாற்று வித்தைகளைச் ஷண்முக சுந்தரம் ஒரு சில சொற்களில் சொல்லி நகர்ந்து விடுகிறார்.

> கருப்பண முதலியார் ஏமாந்தவர் போலவே ஆச்சரியப்பட்டார் (ப.10).

> அதைத் தமக்குச் சாதகமாகப் பயன்படுத்திக் கொள்ள விரும்பினார் (கருப்பண்ண முதலியார்) (ப.17).

> கருப்பண்ண முதலியார் மனதிற்குள்ளாகவே சிரித்துக் கொண்டார். தம் குரலை மிகவும் உற்சாகப்படுத்திக் கொண்டு . . . (ப.39)

'ஏமாந்தவர் போலவே' 'பயன்படுத்திக் கொள்ள' 'மனதிற்குள் ளாகவே' 'உற்சாகப்படுத்திக்கொண்டு' – ஆகிய தொடர்கள் அவரது செயல் சாதித்துக் கொள்ளும் நடிப்புத்திறனை வெளிப் படுத்திக் காட்டுகின்றன. 'வரவேற்பு' நாவலில் செல்லப்ப முதலியாரும் இப்படியானவர் தான்.

> யார் என்ன நிறைவோடு சொன்னாலும் செல்லப்ப முதலியார் அபிப்ராயத்தைக் கேட்ட பிறகுதான் கவுண்டருக்குத் திருப்தி உண்டாகும். இருபத்தைந்து வருஷத்திய அனுபவம் அது. நிழல்போல் எந்நேரமும் இணைந்தே இருப்பார்கள் (வரவேற்பு, ப.10).

> முதலியார் உணர்ச்சி வசப்பட்டுப் பேசிக் கொண்டிருந்தார். அது நிஜமான உணர்ச்சியா அல்லவா என்பது மாரியாத்தாளே அறிவாள். ஆனால் இப்படி ஒரு சாமர்த்தியமும் சக்தியும் செல்லப்ப முதலியாரிடம் இல்லாவிட்டால் வெறும் கையை முழம் போட்டுக் கொண்டே கடந்த நாற்பது வருஷங்களாக ராஜா போல நாட்களை ஓட்டிக்கொண்டு வந்திருக்க முடியுமா? (ப.11)

> வெங்கடாசலக் கவுண்டர் போன்றவர்களுக்கே முதலியார் பக்கத்தில் இருந்தால்தான் ஒரு பலம், பெரிய பலம். இத்தனைக்கும் முதலியார் பலவான் அல்ல; பலசாலி என்று சொல்ல முடியாது. புத்திசாலி என்று கண்ணை மூடிக்கொண்டு கூறலாம் (ப.11).

நாராயண முதலி, கருப்பண்ண முதலி, செல்லப்ப முதலி – ஆகியோர் தனித்தனிப் பாத்திரங்கள் அல்லர். குணநலன்களிலும், இயக்கத்திலும், செயல்பாட்டிலும் ஒரே தன்மையுடையவர்கள். ஒரே பாத்திரம்தான் மூவரும். பெயர்கள்தான் வேறு வேறு; இவர்கள் இயங்கும் தளத்திலும் வேறுபாடு எதுவுமில்லை. 1942இல் வந்த நாகம்மாள் நாராயண முதலிக்கும் 1969இல் வந்த 'வரவேற்பு' செல்லப்ப முதலியாருக்கும் பாத்திரப் படைப்பில்

மாற்றம் இல்லை. வளர்ச்சியும் இல்லை. இந்தப் பாத்திரங்கள்தான் என்றில்லை. ஷண்முகசுந்தரம் நாவல்களில் வரும் மையக் கதாபாத்திரங்கள் அனைத்துமே ஒரே தன்மையுடையவைதான். அவற்றை மொத்தத்தில் நான்கு அல்லது ஐந்தாகப் பிரித்து விடலாம். அவருடைய எல்லா நாவல்களிலுமே இந்த ஐந்து பாத்திரங்கள்தான். அவை நாகம்மாளிலிருந்து வரவேற்பு, உதயதாரகை வரை குணம், இயங்குதளம் எதிலும் மாற்றமோ, வளர்ச்சியோ இன்றித்தான் வருகின்றன.

இதற்குக் காரணமாக, அவர் தேர்ந்தெடுத்துக் கொண்ட கருவிலும் மாற்றம் இல்லாமையைத்தான் சுட்ட வேண்டும். முந்தைய இயலில் கண்டதுபோல, அவர் படைப்புலகம் மிகமிகச் சுருங்கிய மையங்களைக் கொண்டது. அவற்றிலிருந்து வெளிவரவே இல்லை. அதற்கேற்பவே அவருடைய பார்வையும் விரிவு பெறவில்லை. பார்வை விரிவு பெறாதபோது, பாத்திரத்திலும் மாற்றங்கள் ஏற்பட வாய்ப்பு இல்லை. அவர்களின் இயக்கத்தில் ஏறத்தாழ முப்பது ஆண்டுகள் ஆகியும் மாற்றம் எதுவுமில்லை.

> பின்வரும் படைப்புக்களில் நாகம்மாளில் நாம் காணாத ஆசிரியரையோ கண்ட ஆசிரியரின் வளர்ச்சியையோ பார்க்க இயலாது போவது, அனுபவங்கள் கெட்டிதட்டிப் போய்விட்டதையும் வளர்ச்சி முடங்கி விட்டதையுமே காட்டும். நாகம்மாளுக்குப் பின் சுமார் முப்பது வருடங்கள் தாண்டி எழுதப்பட்டுள்ள 'சட்டி சுட்டது' நாவலைப் படிக்கும்போது இந்த நீண்ட இடைவெளி ஆசிரியரிடத்தில் எவ்வித பாதிப்பையும் ஏற்படுத்தவில்லை என்பது ஆயாசம் ஏற்படுத்தும் விஷயமாகவே இருக்கிறது. இவர் பொருட்படுத்தி எழுதியுள்ள எல்லா நாவல்களிலுமே 'நாகம்மாளில்' சந்தித்த ஆசிரியரையே எவ்வித வளர்ச்சியு மின்றிச் சந்திக்கிறோம் (சுந்தர ராமசாமி, 1984, ப.95).

என்று சுந்தர ராமசாமி கூறுவது மிகவும் பொருத்தமானது. அவருடைய பாத்திரங்களை எடுத்துப் பார்க்கும்போது இது தெளிவாகப் புலப்படுகிறது.

ஆதிக்க சாதிகளைச் சேர்ந்த ஏழை விவசாயிகளை, நடுத்தர விவசாயிகளை அவர் மையமான பாத்திரங்களாகக் கொள்ளாவிடினும் அங்கங்கே உலவ விடுகிறார். அவை பெரும்பாலும் குறிப்பிட்டுச் சொல்லும் தளத்தில் இயங்கவில்லை. கதையின் மையத்திற்கு உதவும் வகையில் 'பண்ணாடி'களால் தூண்டிச் செயல்படும் பாத்திரங்களாக ஒரு சில வருகின்றன. பூவும் பிஞ்சும், பனித்துளி ஆகியவற்றில் இத்தகைய பாத்திரங்களைக் காணலாம். நிலத்தை இழக்க மறுத்து அரிவாளைத்தூக்கிக்கொண்டு அலையும் குட்டீணன், குப்பண்ணன் ஆகிய பாத்திரங்கள்

இயங்குவதற்கான தளம் இருந்தும் வெறுமனே வந்து போகின்றன. அதற்குக் காரணம் ஷண்முகசுந்தரம் போட்டுக் கொண்ட கடிவாளப் பார்வையே. கதையை நிர்மாணித்துக்கொண்ட வரிசையில் நேரே செலுத்த விரும்புகிறார். பக்கவாட்டில் பார்க்கும் பொறுமை கூட அவருக்கு இல்லை. அறுவடையில் வரும் நாச்சிமுத்து பாத்திரம் மட்டும் இவற்றிலிருந்து ஓரளவு வேறுபட்டு இயங்குகிறது. பண்ணாடியின் கைக்குள்ளேதான் நாச்சிமுத்துவின் இயக்கமும் என்றபோதும், நகர வாழ்க்கையில் மோகம் கொண்ட ஒரு கிராமத்து மைனரை அவனில் காண்கிறோம். அவன் வாயிலிருந்து உதிரும் நகரத்துச் சொற்களும் அவன் நடை உடை பாவனைகளில் வெளிப்படும் நகரத்துச் சாயல்களும் அவனை வேறுபட்ட பாத்திரமாக ஆக்குகின்றன.

இப்போ புதுசா ஒரு பிஸினஸ் ஆரம்பிச்சிருக்கறனுங்க (அறுவடை, ப.13) என்று அவன் பேசும்போது பிஸினஸ் அந்தக் கிராமத்தில் யாருக்குப் புரியும்?

நாச்சிமுத்து வாசல் படியில் காலிலிருந்த பூட்சைக் கழட்டி விட்டுவிட்டு எதிர்த்திண்ணையில் உட்கார்ந்து கொண்டான். ஓபன்கோட் பொத்தானைக் கழட்டி விட்டான். மேல் அங்கவஸ்திரத்தால் ஷர்ட்டிற்குள்ளிருந்த வியர்வையைத் துடைத்துக்கொண்டே வீட்டுக்குள் எட்டிப் பார்த்தான் (ப.12).

இந்த அலட்டல்கள் கிராமத்திற்குப் புதிது. அவன் சொல்லும் சேதிகளும் கூட அந்த மக்களுக்குப் புதிதுதான். நாச்சிமுத்து ஷண்முகசுந்தரத்தின் கைகளில் தானாக உருவாகி வருகிறான். அவனின் நகரத்து நடவடிக்கைகளும் பொறுப்பற்ற தன்மைகளும் அவன் வாழ்வைப் படுகுழிக்குள் கொண்டு செலுத்துவதை எந்தச் சிரமமும் இன்றி ஆசிரியர் காட்டுகிறார். ஷண்முகசுந்தரத்தின் நாவல்களுள் சிறந்த ஒன்றாக அறுவடை அமைவதற்கும் கூட இந்த வேறுபட்ட பாத்திரப்படைப்பும் ஒரு காரணமாகின்றது. எனவேதான் அறுவடையைக் குறித்துக் கருத்துக் கூறும்போது,

> கதாபாத்திரங்களை மிகவும் சாமர்த்தியத்துடன், திருப்தி தரும் வகையில் சிருஷ்டித்திருக்கிறார் ஆசிரியர். கிழவரும் கிழவருடைய தோழரும் உதவாக்கரை சூதாடியும் பெண்ணும் பெண்ணின் அத்தையும் மிகவும் நுண்ணிதான வகையில் நமக்கு அறிமுகமானவர்களாக ஆகிறார்கள்.
>
> ஒருவிதத்தில் அறுவடை என்கிற நாவலை ஆசிரியருடைய மிகச் சிறந்த நாவலாகவே சொல்லலாம் (எழுத்து. ப.72).

என்று சி.சு.செல்லப்பா பாராட்டிச் சொல்கின்றார். ஷண்முக சுந்தரத்தின் நாவல்களுள் வந்துபோகும் பாத்திரங்களுள் முக்கியமாகக் கவனிக்க வேண்டியவை ஆதிக்க சாதியல்லாத

பிறசாதிப் பாத்திரங்கள். கிராமத்துச் சாதிப்படிநிலையை மூன்றாகப் பிரிக்கலாம். உழவு நிலங்களைச் சொத்தாக வைத்திருக்கும் ஆதிக்க சாதியினர் முதல் வகை. அவர்களுக்குத் தேவையானவற்றை உற்பத்தி செய்யும், அவர்களின் உடைகளையோ உடலையோ தொடுவதற்கு உரிமை கொண்ட இடைநிலைச் சாதிகள் இரண்டாம் வகை. அவர்கள் நிலத்தில் உழைக்கும், அவர்களின் அடிமைகளைப் போன்ற, அவர்களைத் தீண்டுதல் மறுக்கப்பட்ட தாழ்த்தப்பட்ட சாதிகள் மூன்றாம் வகை. இதுவரை பார்த்தவை அனைத்தும் முதல் வகையான ஆதிக்க சாதியைச் சேர்ந்த பாத்திரங்கள். சண்முகசுந்தரத்தின் நாவலின் மையப்பாத்திரங்கள் அவை. அவற்றைச் சார்ந்தே இயங்கக் கூடியவை, மற்ற இரண்டுவகைப் பாத்திரங்களும்.

இடைநிலைச் சாதிகள் என்று வண்ணார், நாவிதர், குயவர், ஆண்டி முதலிய சாதிகளைச் சொல்லலாம். இவர்களுக்கு ஒரு சில உரிமைகள் உண்டு. ஆதிக்க சாதியினரின் துணிகளை வெளுப்பதாலும் அவர்களைத் தொட்டுச் சிரைப்பதாலும் அவர்களுக்குத் தேவையான பாத்திரங்களை உருவாக்கித் தருவதாலும் அவர்களுடைய தெய்வத்துக்குப் பூசை செய்வதாலும் கிடைக்கும் உரிமைகள் அவை. அவர்களைத் தொடவும் அவசியமான சமயங்களில் பாத்திரங்களைத் தீண்டவும் அவர்கள் வீடுகளுக்குள் போய்வரவுமான உரிமைகள் அவை. அவை உண்மையில் ஆதிக்க சாதியினரின் தேவையை ஒட்டிச் சுயநலன் சார்ந்து வழங்கப்பட்டன என்றாலும் அடிநிலைச் சாதிகளை விட ஒருபடி உயர்வான நிலையில் இவை வைக்கப்படுகின்றன.

சாதிகளுக்கிடையேயான முரண்பாட்டை ஆசிரியர் எங்கும் சுட்டுவதில்லை. மோதல் வரும் சில இடங்களில் சமாதானக் கொடியைத் தொடக்கத்திலேயே நீட்டிவிடுகிறார். நாகம்மாளின் இடைநிலைச் சாதிப்பாத்திரங்கள் சிலவற்றைக் காணலாம்.

> ... அரைத் தூக்கத்திலிருந்த ராம வண்ணான் ஒரு பந்தத்தைக் கொளுத்திக்கொண்டு ஓடி வந்தான். அவன் தலைமயிர் அந்த வெளிச்சத்தில் சிவப்பு வர்ணம் பூசியிருப்பதுபோல் தெரிந்தது. அடிக்கடி கையில் தொங்கவிட்டிருக்கும் கலயத்திலிருந்து எண்ணெயைக் கரண்டியில் எடுத்து விடும்போதெல்லாம் தன் மேலும் சிந்திக் கொண்டான் (நாகம்மாள், ப.25).

> வீட்டுத் திண்ணையில் பகல் பூராவும் துணி துவைத்த சலிப்பில் வீராயி தூங்கிக் கொண்டிருந்தாள். பண்டிகை நாளானதால் ஏராளமான வேஷ்டியும், புடவையும் அலசி எடுத்து அவள் இடுப்பு முறிந்திருந்தது (ப.26).

வண்ணாரைப் பற்றி நாகம்மாளில் வரும் செய்தி இவ்வளவுதான். இதே போலப் பிறவற்றிலும் வண்ணாரைப் பற்றிய சில குறிப்புகள் மட்டும் உண்டு. நாவிதர், குயவர் பற்றிக் குறிப்புகள்கூட உண்டு. குயவரைப் பற்றிய ஒரு நாட்டுப்புறக்கதை பனித்துளியில் இடம் பெற்றுள்ளது; அவ்வளவுதான். இவருடைய நாவல்களில் அதிகம் இடம் பெறும் சாதியினர் ஆண்டி அல்லது பண்டாரம் எனப்படுவோர். கோயிலில் பூசை செய்வதும், ஆதிக்க சாதியினர் வீட்டுக்கு இலை தைத்துக் கொடுப்பதும் அவர்களுடைய வேலை. எனவே தினந்தோறும் அவர்களின் வீடுகளுக்குச் செல்ல வேண்டிய சிக்கல்களும் வருவதுண்டு. ஆகவே அவர்கள் எப்போதும் எச்சரிக்கையுடன் இருந்தாக வேண்டிய நிலை.

> ஊரில் உள்ள பண்டாரங்கள் மாத்திரமல்ல, மற்ற சாதிகளும் எதிலும் கவுண்டர்களிடம் பிடிகொடுத்து விடுகிற மாதிரி பேசிச் சிக்கிக்கொள்ள மாட்டார்கள். வெட்டு ஒன்று துண்டு இரண்டாக இருக்காது அவர்கள் பேச்சு, ரொம்ப ரொம்ப சாதுரியமாகப் பதில் சொல்வதிலும் தளுக்காக நடந்து கொள்வதிலும் கைதேர்ந்தவர்கள். இவர்கள் கூடிக் கொட்டம் அடிக்கும்போது பார்க்க வேண்டும் அந்த வேடிக்கையை (ப.61).

இந்தத் தகவல்கள் ஆதிக்க சாதியினர் கண்ணோட்டத்திலிருந்தே சொல்லப்படுவது கண்கூடு. இது போன்ற தகவல்கள் தவிர இயக்கம் என்பது என்ன? பனித்துளியில் இயங்கும் பண்டாரத்தைக் காணலாம். பொன்னபண்டாரம் இந்நாவலின் கதையை நகர்த்துவதில் முக்கியப் பங்கு வசிக்கிறார். இரு கவுண்டர்களுக்கிடையே ஏற்படும் சமுதாய மதிப்புப் போட்டியில் பொன்னப்ப பண்டாரத்துக்கு ஒரு சிக்கல் ஏற்படு கிறது. அவருக்கு இரண்டு பையன்கள். ஒருவன் பரம்பரை வழக்கப்படி பண்ணாடி வீட்டு வேலைகள் செய்து வருகிறான். இப்போது ஊரில் புதிதாகத் தலையெடுத்திருக்கும் கவுண்டர், பண்டாரத்தின் அடுத்த பையனைத் தன் வீட்டு வேலைக்கு அனுப்பும்படி கேட்கிறார். இல்லாவிட்டால் பண்டாரத்தை ஊரைவிட்டே ‘குடி எழுப்பி’ விடுவதாகவும் மிரட்டுகிறார். அவர் என்ன செய்வார்? கவுண்டர்களைப் பகைத்துக்கொண்டு அவர் வாழ முடியுமா? அவருடைய வாழ்க்கையில் புதுக்கவுண்டர் சிக்கலைக் கிளப்புகிறார். அதனால் பாதிக்கப்பட்ட அவர் மனம் கவுண்டருக்கெதிரான சதியில் இறங்குகிறது. அவர் கவுண்டருடன் மோத முடியுமா? அவரால் ஆன அளவில் ஒரு செய்தியைப் பரப்புகிறார்.

> நம்ம கருப்பண்ண கவுண்டர் மக முத்தாயாளே எடுத்துக்கிங்க. அதைப் பயெ நாச்சப்பனைக் கைக்குள்ளே போட்டுக்கிட்டு

> எப்படிக் காரியத்தைச் சாதிக்குறாங்க. அவெ இல்லாட்டி கருப்பனுக்கு என்ன தெரியும்? ரண்டும்ரண்டும் நாலுங்கக் கூடத் தெரியாது (பனித்துளி, ப.54).

> எப்படியோ ஊருக்குள் இந்தப் பேச்சைப் பரவவிட்டு விட வேண்டியது என்பதுதான் அவன் எண்ணம். அதற்குத் தகுந்த சமயம் பார்த்துக் கொண்டிருந்தான். பேச்சு வாக்கிலே போன பக்கமெல்லாம் இதைப் பற்றிச் சொல்லாமலிருப்ப தில்லை (ப.56).

பொன்ன பண்டாரத்தின் இயல்பு எல்லா மனிதர்களுக்கும் பொதுவானதுதான். அவரால் எந்த வகையில் முடியுமோ அந்த வகையில் கருப்பண்ண கவுண்டரைப் பழி தீர்த்துக்கொள்ள முற்படுகிறார். கவுண்டருடைய மகளைப் பற்றிய அவதூறின் மூலம் அதைச் சாதித்துக் கொள்கிறார். அதுவும்கூட ராமசாமிக் கவுண்டரின் ஆதரவு இல்லாவிட்டால் அவரால் என்ன செய்ய முடியும்? அச் செய்தியைப் பரப்ப உள்ளத்தளவில் ஆதரவு தருபவர் அவர்தான். அவரைச் சார்ந்து நிற்பதனால் சிக்கல் வருவதில்லை. பொன்னபண்டாரம் இயல்பான பாத்திரமாக வருகிறார்.

ஷண்முகசுந்தரத்தின் மொத்த நாவல்களில் இருந்து வேறுபட்டு நிற்பது 'ஆசையும் நேசமும்.' அதற்குக் காரணம் அது ராம பண்டாரத்தின் மகள் மீனாட்சியை மையமாக வைத்து எழுதப்பட்ட நாவல். ஆதிக்க சாதியினரைத் தவிர்த்து இடைநிலைச் சாதிப்பெண்ணைக் கதைத் தலைவியாகக் கொண்ட ஒரே நாவல் இதுதான். சொல்லாமல், கொள்ளாமல் ஊரைவிட்டு ஓடிப் போய்விட்டவன் ராம பண்டாரம். அவனுடைய ஒரே மகள் மீனாட்சி. அவள் பிறருடைய உதவியால் வளர்ந்து இலக்கியப் புலமை பெற்றுச் சிறந்த பேச்சாளராக உருவாவதுதான் கதை. இடையே அவளுக்கும் சூடக்காரர் மகனுக்கும் ஏற்படும் காதலும், இறுதியில் சிறுநிகழ்ச்சியால் உண்டாகும் பிரிவும் வருகின்றன. இந்த நாவலைப் பொறுத்தவரை முதல் பாதி, சிறுமியின் மன உணர்வுகளை அழகாக விவரித்துச் சென்று, பின்பாதியில் வேறொரு செய்திக்குத் தாவி நிலை குலைந்து விடுகிறது. பண்டாரத்தின் பெண் என்கிற அடையாளம் தவிர அவளுக்கும் பண்டார வாழ்க்கைக்கும் எந்தத் தொடர்பும் இல்லை. அவள் ஆதிக்க சாதியினர் ஆதரவில், அவர்களைப் போலவே வாழ்கிறாள். கொண்ட கொள்கையில் விடாப்பிடியாக இருக்கும் குறிக்கோள் பாத்திரமாக இதனை உருவாக்கி விடுகிறார். நாவலில் சூடக்காரர், மணியக்காரர் மோதலை முதன்மையாக்கி, மீனாட்சி பின்னுக்குத் தள்ளப்பட்டு விடுகிறாள். முதல் பாதி போலவே பின்பாதியும் அமைந்திருந்தால், நாவல் சிறந்த ஒன்றாக உருப்பெற்றிருக்கும்.

மீனாட்சி தன்னியல்பான செயல்பாடுகளுடையவளாக இயங்குகிறாள். யாருடைய கட்டுப்பாட்டுக்கும் உந்துதலுக்கும் அவள் ஆளாவதில்லை. அந்த வகையில் இடைநிலைச் சாதியைச் சேர்ந்த ஒரு பெண்ணை உயர வைத்த சிறப்பு ஷண்முகசுந்தரத்துக்கு உண்டு. அவள் உயர்வினூடே எந்த மோதலும் நிகழ்வதில்லை. அவள் சிக்கல்கள் இன்றி முன்னேறி விடுகிறாள். காரணம், இரக்க குணமுடைய ஆதிக்க சாதிக்காரரர்கள். நாவலின் முடிவு பொருத்தமாக அமைந்திருக்கிறது. ஆனால், செயற்கைத் தனங்கள் நிரம்பியதாக நாவல் அமைந்து விட்டதாலும், முந்தைய நாவல் பாத்திரங்களிலிருந்து வளர்ச்சி பெற்றதாகப் பாத்திரங்கள் அமையாமையாலும் நல்ல நாவல் என்கிற உயர்வைப் பெற இயலவில்லை.

இடைநிலைச் சாதிகளுக்கும் அடிநிலையில் வாழ்பவர்கள் தாழ்த்தப்பட்ட சாதியினர். அவர்கள், பறையர், பள்ளர், சக்கிலியர் ஆகியோராவர். கொங்குப் பகுதி நூல்களில் குறிப்பாகச் சக்கிலியரைப் பற்றிய செய்திகளே கூடுதலாக வருகின்றன. பறையர்களைப் பற்றியும் உண்டு. பள்ளரைப் பற்றி இல்லை என்றே கூறலாம். அவர்களுடைய நிலை குறித்துக் கோவைகிழார்:

> இவர்களுடைய வீடுகள் சேரிகளில் இருக்கும். ஊருக்கு வெளியே தனியான நத்தத்திலே தனி ஊர்போல வீடுகளை மிக ஒழுங்கீனமாகக் கட்டியிருப்பார்கள். சேற்றில் புழுக்கள் நாற்றம் அறியாது பிழைப்பது போல இவர்கள் கல்வி அறிவின்றி மிகுந்த அசுத்தங்களிடையே நாய், பன்றி இவைகளை வளர்த்திக்கொண்டு, சுகாதாரவீனமாக வசிப்பார்கள். இவர்களும் நிலங்களிலேயே உழவிற்கு வேண்டிய பல தொழில்களையும் செய்துகொண்டு, படி அளக்கப் பெற்றுக்கொண்டு வாழ்வார்கள் *(கோவை கிழார், ஆண்டு இல்லை, ப.80)*

என்று கூறுகிறார்.

கோவை கிழாரின் சொற்கள் ஆதிக்க சாதிப் பார்வை யுடன் வெளிப்படுகின்றன. ஒழுங்கீனம், புழுக்கள், அசுத்தம், சுகாதாரவீனம் என்று அவர் பயன்படுத்தும் சொற்கள் முழுக்க முழுக்க உயர்நிலையில் தம்மை இருத்திக்கொண்டு பார்க்கும் பார்வை என்பது வெளிப்படை. இந்த மக்களைச் ஷண்முகசுந்தரம் நாவல்களில் மிகக் குறைவாகவே காணலாம். உதயதாரகையில் அவர் தரும் தகவல்கள் சற்று விரிவானது.

> கீரனூரின் தென்புறத்தில் கள்ளுக்கடைக்கு மேற்கே சக்கிலியர் குடும்பங்கள் எவ்வித மாறுதலுமின்றிப்

பல்லாண்டுகளாக ஒரே பாணியில் சென்று கொண்டிருக்கின்றன. ஏற்று இறைக்கும் பறிகள் கிழிந்துபோனால் தைத்துக் கொடுப்பது, செருப்புத் தைத்துக் கொடுப்பது, ஒட்டுப் போட்ட செருப்புகளுக்கு மேலும் மேலும் ஒட்டுப் போட்டுக் கொடுப்பது, காட்டைக் காத்துக் கிடப்பது முதலியன அவர்களுடைய தொழில்கள். ஆனால் கீழ்ப்புறத்தில் பள்ளத்தின் கரை ஓரம் முப்பது நாற்பது பறையர்கள் குடும்பங்கள் இருந்தன. கீரனூர் ஜனத்தொகையில் பறையர்கள் எண்ணிக்கையே அதிகம். ஆதிவாசிகள் என்ற பெயர் அவர்களுக்கே பொருந்தும். குழந்தைகள் கந்தல்களைக் கட்டிக்கொண்டு திரியும். பெரியவர்களுக்கு இடையைச் சுற்ற அந்தக் கந்தல் எங்கிருந்துதான் கிடைக்குமோ? பெண்கள், கிழவிகள், வயது வந்த யுவதிகள், 'மானத்தைக் காக்க' நாலு முழத்துண்டுக்கு எத்தனை காலமாகத் தவமிருக்கிறார்களோ? கையகலத் துணி மார்பை மறைத்திருக்கும். ஆனால் நீலகிரி மலைக்குத் தேயிலைக் காட்டு வேலைகளுக்குப் போய்வரும் சிலர் 'ஓட்டுவில்லை' வீடு கட்டிக் கொண்டிருந்தார்கள். சோமனூரிலும், தாராபுரத்திலும் ஆலாம்படி முதலிய இடங்களிலும் கிறிஸ்துவர்களாகப் பலர் மதம் மாறிப் போய்விட்டார்கள். அதனால் கொஞ்சம் உயர்ந்தவர்களும் உண்டு. இங்கே அந்தப் பேச்சுக்கே இடமில்லை. 'காளியை'க் காத்துக் கிடப்பதிலே தனி இன்பம் கண்டார்கள், இவர்கள். திருவிழாக் காலங்களிலே தப்பட்டை முழங்குவார்கள். ஏவை 'தேவை'களில் கொம்பு பிடிப்பார்கள். கீரனூர் பறையர்கள் கொம்புச் சத்தம் பத்துப் பன்னிரண்டு பாளையத்திற்குக் கேட்கும் என்ற பெருமையை யாரும் மறக்க முடியாது. 'பறை நாயனம்' எல்லாஸ்வரங்களும் பேசும். அந்த ஏகலைவர்களுக்கு ஆனந்தம் அதிகரித்து விட்டால் இரவு நேரங்களில் பறைய வளவுகளிலிருந்து நாயன இசை நளினமாகக் கிளம்ப ஆரம்பிக்கும் (*உதயதாரகை, பக். 92, 93*).

இது சேரி வாழ்க்கை குறித்த தகவல் சித்திரம். கோவை கிழாரைப் போலவே பார்வையாளரான ஆதிக்க சாதிக்காரர் ஒருவரின் பார்வையிலிருந்தே இவை எழுதப்படுகின்றன. அழியாக் கோலத்தில் வரும் துரை பொழுது போகாமல், சேரியிலுள்ள மக்களை உயர்த்தலாம் என்று எண்ணுகிறான். அவனுடைய முயற்சிகளைப் பற்றிச் ஷண்முகசுந்தரம்,

சேரியிலுள்ள சிலர் பறிகள் தைத்துத் தைத்தே பழக்கப் பட்டவர்கள். பண்ணயங்களை அண்டியே பிழைத்துக் கொண்டிருப்பவர்கள். அதிலும் வருஷம் முழுதும் வேலை இருக்கிறதா என்ன? அதனால்தான் ஊரை விட்டே

> பிழைப்பை நாடிச் சென்று நோய்நொடிகளைச் சம்பாதித்துக் கொண்டு வருகிறார்கள்.
>
> அவர்களில் சிலருக்குத் தோல் வாங்கிக் கொடுத்தால் செருப்புத் தைப்பார்கள். கை முதலுக்குப் பணம் கிடையாது. கொஞ்சம் உதவி செய்தால் முன்னுக்கு வரமாட்டார்களா?
>
> துரைக்கும் அது நல்ல யோசனை என்று தோன்றியது. ஆனால் தைத்த செருப்புகள் நன்றாகத்தான் விற்பனை ஆயிற்று. கடனுக்கும் கொடுக்க வேண்டி இருந்தது. கடைசியில் அதன் முடிவு என்ன ஆச்சு தெரியுமா? தோல் வாங்கப் பணம் இல்லை. செலவழித்து விட்டார்கள். மீண்டும் 'பணம் வேணும்' என்று தலையைச் சொரிந்துகொண்டு நின்றார்கள். இறுதியாக அவர்கள் சொல்லியதுதான் அத்தைக்கு வருத்தத்தைக் கொடுத்தது. இன்னொருக்காக் குடுத்தா கொறஞ்சா போயிடுவீங்க (அழியாக்கோலம், ப.212, 213).

என்று குறிப்பிடுகிறார்.

அவர்களால் வெற்றிகரமாகத் தொழில் நடத்த முடியாமைக்கான காரணங்களையும் பின்னால் கூறுகிறார் ஷண்முகசுந்தரம். ஆனால் அவர்களைத் திருத்த முடியாது என்கிற பார்வையில்தான் இருக்கிறது, அவரது எழுத்து. அவர்களுடைய வாழ்க்கை, உறவுமுறைகள், பழக்கவழக்கங்கள் எல்லாவற்றையும் மோசமாகக் காணும் பார்வையே ஷண்முகசுந்தரத்திடம் உள்ளது. அவர்களைக் குறித்த தகவல்கள் இது போன்றே சில இடங்களில் தரப்படுகிறதே தவிர, அவர்களை வெறும் வந்து போகும் பெயரளவுக்கான பாத்திரங்களாகவே காட்டுகிறார். இழவு சொல்வதற்கும் ஆடு, மாடு மேய்க்கவும் கூப்பிட்ட குரலுக்கு ஏனென்று கேட்கும் பாத்திரங்களாகவுமே தாழ்த்தப்பட்ட சாதியினர் வந்து போகின்றனர். அவர்களில் இயங்கும் பாத்திரமாக எதுவுமில்லை.

இவ்வாறு சொல்லும்போதே ஷண்முகசுந்தரம் இடைநிலைச் சாதிகளையோ, தாழ்த்தப்பட்ட நிலைச் சாதிகளையோ தம் நாவல்களில் மையமாகக் கொள்ளவில்லை என்பது குற்றச்சாட்டு அல்ல. தனக்குரிய படைப்புலகையும் அதன் மாந்தர்களையும் தேர்வு செய்துகொள்வது படைப்பாளனின் சுதந்திரம்; அவன் விருப்பம். அவன் எழுதியதை நாம் விமர்சிக்கலாமே தவிர, இவற்றை எல்லாம் அவன் ஏன் எழுதவில்லை என்று குற்றம் சாட்டும் பட்டியல் நீட்ட முடியாது. எழுதாத செய்திகள் என்று பட்டியல் தயாரிப்போமானால், அது முடிவற்று நீளும். அதே சமயம், அவர் எழுதாத செய்திகளையும் அவர் மேல் திணித்து, அவருக்கு இல்லாத மிகப்பெரிய ஒரு வடிவை நாம் தர வேண்டியதில்லை. அவர் எதை எழுதினாரோ அதை

ஏற்றுக்கொண்டு விமர்சிப்பது மட்டுமே, அவருக்குச் செய்யும் நேர்மையான விமர்சன மதிப்பீடாக இருக்கும்.

ஷண்முகசுந்தரம் கிராமவாழ்வின் ஒரு நேர்மையான சாட்சி (சுந்தர ராமசாமி, 1984, ப.90) என்று சுந்தரராமசாமி எழுதும்போது, 'கிராமவாழ்வின் குறிப்பிட்ட ஒரு பகுதியின் நேர்மையான சாட்சி' எனப் புரிந்துகொள்ள வேண்டும். ஏனென்றால் அவர் காட்டுவது முழுக் கிராமம் அல்ல; கிராமத்தின் ஆதிக்கத்தைக் கையில் கொண்டுள்ள ஒரு பிரிவினரிலும், ஒரு பகுதியினரின் வாழ்க்கையையே திரும்பத் திரும்ப அவர் பேசுகிறார்.

கொங்கு நாட்டுக் கிராமங்களில் மக்கள் வாழ்க்கையில் சம்பவிக்கும் தவிர்க்க முடியாத நடவடிக்கைகளை இயல்பான கலைநோக்குடன் ஷண்முகசுந்தரம் சித்திரித்திருக்கிறார் (டி.சி.ராமசாமி, 1994, ப.46,47).

என்னும் இந்தப் பாராட்டில் 'ஒரு பகுதி மக்கள் வாழ்க்கையில்' எனச் சேர்த்துப் படித்துக்கொள்ள வேண்டும்.

ஷண்முகசுந்தரம் கிராம வாழ்க்கையைத் தன் நாவல்களில் காட்டியவர் (சுந்தரராமசாமி, 1984, ப.89).

தன் அனுபவங்களை இயற்கையாக ஏற்று வாழ்ந்து கொண்டிருக்கும் கொங்கு நாட்டு மக்களின் பிரதிநிதியாக ஷண்முகசுந்தரத்தைக் கொள்ள வேண்டும் (மேற்படி, ப.89).

கொங்கு நாடு என்று சொல்லப்படும் கோவை மாவட்டத்தைச் சேர்ந்த கிராம மக்களின் வாழ்க்கையை அப்படியே படம் பிடித்துக் காட்டுகிறவர் ஷண்முகசுந்தரம் (சட்டி சுட்டதடா, முன்னுரை, ப.19).

என்று அவருக்கு வழங்கும் பாராட்டுரைகள் பலவும் பொதுவான தன்மையிலேயே உள்ளன. அவர் கிராமத்தைச் சித்திரித்தாலும் அது குறிப்பான நிலையில், ஒரு பகுதி மக்களைத்தான். அவர் நாவல்களில் துலக்கம் பெறுவது முழு கிராம வாழ்க்கையல்ல. அதன் இருண்ட பல பகுதிகள் இன்னும் வெளிவராமலே இருக்கின்றன. எனவே, வல்லிக்கண்ணன் கூறுவது போல,

கொங்கு நாட்டுக் கவுண்டர்களது வாழ்க்கையை ஆர். ஷண்முகசுந்தரம் தனது நாவல்களில் திறமையாகப் படம்பிடித்துக் காட்டியிருக்கிறார் (தி. பாக்கியமுத்து, 1976, ப.77).

என்று சொல்வதுதான் பொருத்தமானது. அவரது நாவல்களில் இயங்கும் பாத்திர வரிசையைக் காணும்போது இவ்வுண்மை துலங்குகிறது.

4

வாசகர் பங்கேற்பு வாயில்கள்

பொதுவாக எதார்த்த எழுத்தில், எழுத்தாளன் தன்னளவில் நிறைவு பெற்றதாகப் படைப்பு இருக்க வேண்டும் என்ற நோக்கில் எல்லாவற்றையும் சொல்லித் தீர்த்து விடுகிறான். இடைவெளிகளை, மௌனங்களை அவன் உருவாக்குவதில்லை. எல்லாவற்றையும் இட்டு நிரப்பித் தானே நீதிபதி என்கிற நிலையில் முடிவுகளை நோக்கி இட்டுச் செல்கிறான். எதையும் அவன் மிச்சம் வைப்பதில்லை. வாசகர் நுழைந்து விழாதபடி எல்லாக் கதவுகளையும் தாழிட்டுக் கொண்டு விடுகிறான்.

வாசகனைப் பொருத்தவரையில் எழுத்தாளனே முடிவு செய்பவன். அந்த நிலையை உருவாக்கியவைதாம் பெருவாரியாக நடப்பியல் எழுத்துக்கள். தேடலின் தீவிரம் கொண்ட எழுத்தாளன் எல்லாக் கதவுகளையும் திறந்து வைத்து விடுகிறான். வாசகன் தாராளமாக எதிலும் நுழையலாம்; எப்படியும் வெளிவரலாம். அவன் எந்த ஒன்றிற்கும் தானே முடிவுகளைச் சொல்லி விடுவதில்லை. வாசகரோடு சேர்ந்து தானும் தேடுபவனாக இருக்கிறான். அதற்குரிய ஒரு வழியாகவே தன் படைப்புகளைப் பயன்படுத்திக் கொள்கிறான். அத்தகைய படைப்புகளே பெரிதும் வெற்றி பெற்ற படைப்புகளாக, காலத்தோடு மோதித் தன்னை நிறுத்திக் கொள்ளும் எழுத்துக்களாக உருவம் பெறுகின்றன.

மேலும் வாசகப் பங்கேற்புக்கான வழிகளைத் திறந்து விடுவதென்பது எழுத்தாளனோடு

சேர்ந்து வாசகனையும் பொறுப்புள்ளவனாக மாற்றுகிறது. ஒரு வெகுசன இலக்கியத்தைப் படித்து விட்டு ஆயாசத்தோடு வீசி எறிந்துவிட்டுப் போகிற வாசகர்களை இவை உருவாக்குவதில்லை. படைப்பைப் படித்த பிறகுதான் வாசகன் செயல்படத் தொடங்கு கிறான். படைப்புக்குள் நுழைந்து நுழைந்து வெளிவருகிறான். படைப்பாளனைப் போலவே படைப்புக்குப் பொறுப்புக் கொண்டவனாக வாசகனையும் மாற்றுகிறது ஒரு நல்ல படைப்பு.

ஆர். ஷண்முகசுந்தரம் இன்னும் பெரும் ஆளுமை கொண்ட எழுத்தாளராகத் தமிழ் இலக்கிய உலகில் நிலைத்து நிற்பதற்கு ஒரு முதன்மைக் காரணம் அவருடைய எழுத்துக்கள் வாசகர் பங்கேற்பைக் கோருகின்றன என்பதுதான். தொடக்கத்திலிருந்தே அவரிடம் இந்தத் தன்மையைக் காணலாம். அதனை ஒரு வெளிப்பாட்டு முறையாக, உத்தியாகவே அவர் தம் படைப்புக் களில் கையாண்டுள்ளார் என்றும் கூறலாம். 'நாகம்மாள்'தான் இதற்கு மிகச் சிறந்த சான்று.

நாகம்மாள் தம் கொழுந்தனிடம் பாகப்பிரிவினை கேட்கிறாள். என்ன காரணம்? அவளுக்குக் கணவன் இல்லை. கொழுந்தனும் அவன் மனைவியும் அவள்மீது மதிப்பும் மரியாதையும் வைத்திருக்கிறார்கள். அவள்தான் குடும்பப் பொறுப்பை ஏற்று நடத்துபவளாக இருக்கிறாள். அவள் குழந்தை மீது அன்பைச் சொரிகிறார்கள். வேறென்ன வேண்டி இருக்கிறது நாகம்மாளுக்கு? அவள் எதற்காகப் பிரிவினை கேட்கிறாள்? முடிவான பதிலில்லை.

அவள் அப்பாவி; வெகுளி; விவரமில்லாதவள். அவள் மாமனாருக்கும் அந்த ஊர் மணியக்காரருக்கும் உள்ள பகையைத் தீர்த்துக்கொள்ள மணியக்காரர் அவளை ஒரு கருவியாகப் பயன்படுத்திக் கொள்கிறார். அதற்கு ஒன்றுமறியாத நாகம்மாள் பலியாகிவிடுகிறாள். அப்படி எடுத்துக் கொள்ள முடியுமா?

> தன் தகப்பனார் காலத்தில் தோல்விமேல் தோல்வியானாலும் தானாவது வெற்றி கண்டுவிட வேண்டும். சின்னப்பனையும் அவன் பங்காளிகளையும் பிரித்துவிட்டு மட்டந்தட்ட வேண்டும் என்று கங்கணம் கட்டிக் கொண்டிருந்தார் மணியக்காரர். இதில் அவர் அநேகமாக வெற்றியும் அடைந்து விட்டார். இப்பொழுது சின்னப்பனை என்ன செய்தாலும் கேள்வி இல்லை. அதற்குத் தகுந்தாற்போல நாகம்மாள் சங்கதி வேறு கிடைத்திருக்கிறது (நாகம்மாள், ப.75).

இதிலிருந்து தன் தந்தையார் காலத்தில் நடந்தவற்றிற்குப் பழிவாங்கும் முகமாக நாகம்மாளைப் பயன்படுத்திக் கொள்கிறார் என்று முடிவு செய்து விடலாமா? அது மட்டுமல்லவே அவர்

நோக்கம். நாராயணசாமியும் மணியக்காரரும் பேசிக் கொள்வதைப் பார்த்தால் இன்னும் குழப்பம் ஏற்படுகிறது.

> நாராயணசாமி உறுதியான குரலில்.... "நீங்கள் சும்மா அப்படியே அசைத்து வையுங்கள். அந்தப் பூமி நம்மை விட்டு எங்கே போயிடப் போறது. தவிர நம்ம களத்துக்காட்டோரம் இருக்குது. பக்கத்து இனம், இனத்தோடயே சேர்ந்து விடட்டும். நான் எல்லாம் வழி செய்துவிடறேன். அவள் எங்கே நம்மை விட்டுப் பறந்து விடப் போறாள்" என்றான். 'ஆமாப்பா, அதை எப்படியாது வாங்கினால் தான் புல்லுக்குப் பஞ்சம் இருக்காது. மாடு கன்றுகளைக் கொறையில் கட்டி விடலாம். தீவனத்துக்கு அடித்தட்டுகிறபோது வண்டியைக் கட்டிக்கொண்டு வெளியூர்களுக்குப் போக வேண்டிய தில்லை *(ப.95, 96)*.

ஆக, நாகம்மாளின் நிலத்தைப் பிடுங்கிக்கொள்வதுதான் மணியக்காரன் திட்டமா? அதற்கு நாகம்மாள் பலியாகி விட்டார்களா? நாகம்மாளுக்கு வேறு எந்தக் காரணமும் இல்லையா? நாகம்மாள் பக்கம் பல காரணங்கள் உள்ளன. ஒவ்வொன்றாகப் பார்க்கலாம். நாகம்மாளின் குழந்தை முத்தாயா. முத்தாயா அதன் சித்தப்பா சித்தியிடம் அன்பு கொண்டிருக்கிறதே தவிர, நாகம்மாளைப் பொருட்படுத்துவதில்லை. அவள் சின்னப்பனிடம் சண்டை போட்டுக் கொண்டு மணியக்காரர் வீட்டுக்கு வரும்போது குழந்தை முத்தாயா அவளோடு வர மறுத்து விடுகிறது. மணியக்காரரின் பெரியப்பா,

> ... ஊடும் குடித்தனமாக இருந்தவள் குழந்தையை விட்டு விட்டு வெளியில் வந்து திண்டாட்டத்தில் மாட்டிக் கொண்டாய். நீ சொன்னதெல்லாம் நானும் கேட்டேன். நீ யாருக்காக இந்தப் பங்கு பிரிக்கச் சொல்லுகிறாயோ அந்தக் குழந்தைகூட உன்னிடம் வர மறுத்துவிட்டதென்றால், பின் என்னத்துக்கு இந்தச் சச்சரவு எல்லாம்? *(ப.121)*

என்று கூறுகிறார்.

குழந்தை நாகம்மாளிடம் ஒட்டாமல் அவர்களோடு இருப்பதுதான் காரணமா? அப்படியும் இருக்கலாம் என்கிறார் க.நா.சுப்ரமணியம்.

> குழந்தைக்கு என்னவோ அவள் தகப்பனின் தம்பி மனைவியிடம்தான் ஆதரவும் அன்பும் கிடைக்கின்றன. இதுவே கூட மனவிரிசலுக்குக் காரணமாக அமையலாம் *(நாகம்மாள் முன்னுரை, ப.9)*.

அத்தோடு, சின்னப்பனின் மனைவிக்கு முக்கியத்துவம் அதிகரிப்பதும் தனக்கு முக்கியத்துவம் குறைவதும்கூட ஒரு காரணமாக இருக்கலாம் என்றும் க.நா.சுப்ரமணியம் தெரிவிக்கிறார். மேலும் சொத்து கணவன் சம்பாதித்தது. அதை இப்போது ஆண்டு அனுபவிப்பது சின்னப்பனும் அவன் மனைவியும். அந்தக் கோபம் ஒன்று போதாதா? போதாக்குறைக்குச் சொத்துக்களை விற்றுவிட்டு தன் வீட்டோடு வந்து இருந்துவிடச் சொல்லி மருமகனை அழைக்கிறாள் சின்னப்பனின் மாமியார். அவனும் அதற்கு உடன்படுகின்ற தன்மை தெரிகிறது. அவ்வாறு மாமியார் வீட்டோடு அவன் போய்விட்டால் நாகம்மாள் நிலை என்ன?

அவளுக்கென்ன வந்துவிட்டது. இருந்தால் வீட்டைக் காத்துக்கிட்டு இங்கிருக்கிறாள். இல்லாது போனா அங்கதான் வரட்டுமே. இனி அவளுக்கென்ன. சாகிற வரையிலும் சோறும் சீலையும் தானே. குழந்தை பெரிசானால் சித்தப்பன் இருக்கிறாங்க. கல்யாணம் காட்சி எல்லாம் பாத்துக்கிறாங்க (ப.96).

இது சின்னப்பன் மாமியாரின் கூற்று. நாகம்மாள் நிலை இதுதானா? சொத்து ஈட்டியவள் அவள் கணவன். ஆனால் அவளுக்கு அதில் உரிமை கிடையாது. அப்புறம் பிரிவினை கேட்பதைத் தவிர அவளுக்கு வேறு வழி என்ன இருக்கிறது?

அவள் மனதில் பல சிந்தனைகள் உருண்டோடிக் கொண்டிருந்தன. இந்த மாதிரி கானலிலும் காற்றிலும் உழைத்து என்ன பயன்? ஏன் இப்படி இவர்களுடன் ஒட்டுக்குடித்தனமாக வாழ வேண்டும்? இந்தப் பரந்து கிடக்கும் காட்டிலும் தோட்டத்திலும் தன் கணவனுக்குச் சேர வேண்டிய பாகம் பாதி இல்லையா? தானும் தன் குழந்தையும் ஏன் சுகமாகக் காலத்தைக் கழித்துக்கொண்டு போகக் கூடாது? தன் குழந்தைக்கு அழகான சீலை, ஒரு நகை நட்டுப் பண்ணிப் போட்டுப் பார்த்தால் எப்படி இருக்கும்? மாதத்திற்கு நாலு பேருக்குக் குறையாமல் அவர்களுக்கு வேண்டியவர்கள் சொந்தம் பாராட்டிக்கொண்டு வந்துவிடுகிறார்கள்? இதெல்லாம் யார் சம்பாதித்தது?... அந்த மாதிரி இந்தச் சிறு கனல் பொறியும் அவள் மனதில் மாறாப் பெரிய அனல் மலையை வளர்க்கலாயிற்று (ப.30).

என்றெல்லாம் அவள் சிந்திக்கிறாள். ஆகப் பிரிவினை கேட்க இது மட்டும் தானா காரணம்?

இவ்வளவுதானா? பிரித்துக்கொண்டு தனியாகப் போய் விட்டால் தன் மனத்துக்கு உகந்தவனுடன் இருக்கலாம்

என்பதும்கூட ஒரு காரணமாக இருக்கலாம். அவள் மனத்துக்கு உகந்தவன் கெட்டியப்பன். பிரிவினைக்கு அவளைத் தயார் செய்கிறவன். அவனோடு நாகம்மாளுக்கு என்ன வகை உறவு இருக்கிறது? அதையும்கூட வாசகர் முடிவுக்கே விட்டுவிடுகிறார் ஷண்முகசுந்தரம். திருவிழாவில் நாகம்மாளின் நடத்தை குறித்து,

> . . . அவனது(கெட்டியப்பனது) ஆட்டபாட்டங்களைக் கண்டு நாகம்மாள் ஆனந்தப்பட்டுக் கொண்டு அவனிடம் பேசுவதையும் சிரிப்பதையும் காணக்காண ராமாயிக்குக் கோபமும் வெட்கமும் பொங்கிக் கொண்டு வந்தது. 'இந்த மாதிரி பெண்ணும் உலகத்தில் இருப்பாளா என்ன? மான ஈனமில்லாச் செய்கை?' என்று மனதிற்குள் நினைத்துக் கொண்டாள் *(ப.17).*

என்று எழுதுகிறார்.

ராமாயியைப் போலவே வாசகரும் ஏதாவது முடிவுக்கு வந்துவிட முடியுமா? கெட்டியப்பனைத் தேடி அவள் போய் அவனுக்காகக் காத்துக் கொண்டிருக்கிறாள்.

> வரம் கொடுக்கும்வரை பக்தன் காத்துக் கொண்டிருப்பதைப் போல, தன் அன்பன் வரும்வரை பொறுமையுடன் இருந்தாள் *(ப.34).*

இங்கே 'அன்பன்' என்ற வார்த்தையைக் கொண்டு ஏதாவது ஊகிக்க முடிகிறதா? பக்தனுக்கும், கடவுளுக்கும் என்ன உறவோ அதுதான் நாகம்மாளுக்கும்,கெட்டியப்பனுக்கும் உள்ள உறவென்று உவமை சொல்கையில் அவ்வாறே எடுத்துக்கொள்ள முடியுமா?

> நாகம்மாள் ரொம்பத் தணிவாக, "அதுக்காகச் சொல்லலை உனக்குங்கூட" என்றவள் கொஞ்சம் பலமாக "இதென்ன அசிங்கயம்" என்றாள். அவள் வார்த்தைகளிலே உண்மை யான வருத்தம் கலந்திருந்தது *(ப.35).*

தன் நடத்தை குறித்துத் தவறாக நினைப்பதை அசிங்கம் என்று கருதுகிறாள்; அதற்காக வருந்துகிறாள். தனக்கு வழிமுறை சொல்லிக் கொடுப்பவன்தான் கெட்டியப்பன். வேறு என்ன அவனோடு உறவு? ஆனால், ஷண்முகசுந்தரம் அடுத்த பத்தியிலே சொல்கிறார்.

> வாழைக்குருத்துப் போல தளதளவென்றிருக்கும் அவளுடைய தேகம் கருப்பாகிவிடுமோ என்று அவன் சஞ்சலப்பட்டான் போலும் *(ப.35).*

ஷண்முகசுந்தரமும் சந்தேகத்தோடுதான் சொல்கிறார். 'போலும்' என்கிற சொல் அதைத்தான் உணர்த்துகிறது. அதற்கேற்பவே, தனக்குத் தேவையான வழிமுறையைக் கேட்டுவிட்டு அங்கிருந்து

கணநேரத்தில் மறைந்து விடுகிறாள் நாகம்மாள். அடுத்த சந்திப்பிலே ஊரார் தன்னைப் பற்றிப் பேசுவதைக் குறித்து வருத்தமாக,

வெளியில் தலைகாட்ட முடியலை (ப.62)

காலுக்கு வராத சில்லரையெல்லாம்தான் அந்த வெட்டிப் பேச்சு பேசுது (ப.63)

எனக் கூறுகிறாள்.

இவற்றிலிருந்து ஊரார் பேச்சுக்குப் பயப்படுகிறாள் என்பதும், அது உண்மை இல்லை என்பதும் கிடைக்கிற தகவல்கள். அவை காட்சியின் இறுதிப் பகுதியில் மேலும் உறுதிப்படுகின்றன. தானும் கூட வருவதாகச் சொல்கிறான் கெட்டியப்பன். அதற்கு நாகம்மாள்,

நல்ல கூத்து நாம் போற மட்டும் இங்கேயே இரு அப்பா. இது வேறே யாராச்சும் கண்டாக்கா போச்சு. ஊருதென்றால் பறக்கிறதின்னு சொல்லும் சனங்கள். அப்புறம் என்ன வேணுமினாலும் ஆரம்பிச்சு விடுவாங்க ... (ப.76)

என்றாள். அவர்களுக்கிடையே வேறு உறவு எதுவும் இல்லை என்பதை இது இன்னும் உறுதிப்படுத்துகிறது. நாம் அப்படியும் உறுதியாக முடிவு செய்து விடவும் முடியவில்லை. நாகம்மாளை இங்கே கூட்டிவர முடியாதா என்று கெட்டியப்பனிடம் சந்தேகமாகக் கேட்கிறார்கள் மணியக்காரரும், நாராயணசாமியும். அதற்குக் கெட்டியப்பன்,

கூட்டி வாரதா? இப்படி நொடிச்சா வரமாட்டாளா? (ப.77)

என்கிறான். இது வேறு எதையோ உணர்த்துவது போலத்தான் தோன்றுகிறது. மணியக்காரரின் பெரியப்பா கூற்றும்,

எந்த முண்டச்சியோ தண்டுவனோடு கெட்டுப் போறதுக்கு, பெரிய குடும்பத்தை தெருப் பண்ணறதுக்கு யோசனை சொல்லப்பா சொல்லு (ப.81, 82)

என்று அக்கருத்துக்கு இசைகிறது. அடுத்த கணமே நாராயணசாமி,

நீங்கள் விஷயம் தெரியாம பேசறீங்க என்று ... சற்று அழுத்தமாகவே சொன்னான் (ப.82).

என்று கூறி அந்த எண்ணத்தையும்கூடத் தகர்த்து விடுகிறான். மிச்சம் மீதி இருக்கும் சந்தேகமும் வெங்கமேட்டார் நாராயணசாமி யுடன் பேசும்போது தீர்ந்து விடுகிறது.

... இந்தக் கெட்டியப்பன் அங்கே கொஞ்சம் எடவாடுங்கறாங்களே! கடைசியிலே பொம்பள முண்டை பேரைக் கெடுத்திட்டா ...

> நீங்களே இப்படி ஆரம்பிச்சிட்டா அப்புறம் யாரை என்ன சொல்ல இருக்கிறது? நாகம்மா சங்கதி உங்களுக்குத் தெரியாதா? இத்தனை வருசமா இல்லாமே இனியா அவ அப்படித் திரியப் போறாள் . . . என்றார் மணியக்காரர். ஆமாமாம். அந்த மசப்புள்ள அப்படியெல்லாம் போக மாட்டாள் . . . (ப.88)

வாசகரை எப்படியாவது முடிவுக்கும் வந்துவிடவிடுவதில்லை, ஷண்முகசுந்தரம். பிறர் பேசுவதை வைத்து என்ன சொல்ல முடியும்? மற்றொரு சந்திப்பு நிகழ்கிறது. பேசி முடித்துவிட்டு நாகம்மாள் கிளம்புகிறாள். அதனை ஆசிரியர்,

> நாகம்மாள் எழுந்தாள். அவள் எழுந்து விட்டாளென்றால் மின்னல் வேகத்தில் மறைந்து விடுவாள். சரி நான் போகட்டுமா என்று அவள் கேட்குமுன்பு சடக்கென கெட்டியப்பன் கை உயர்ந்தது; ஆனால் யாது காரணத்தினாலோ அப்படியே கையைப் பின்னுக்கு இழுத்துக் கொண்டான் (ப.96).

என வருணிக்கிறார்.

கெட்டியப்பன் கை எதற்காக உயர்கிறது? ஏன் இழுத்துக் கொள்கிறான்? ஆக, கெட்டியப்பனுக்கும் நாகம்மாளுக்கும் உள்ள உறவு பற்றி வாசகரால் எதுவும் முடிவு செய்ய இயல வில்லை. இப்படியா அப்படியா என்று குழம்பித் தவிக்க வேண்டியதுதான். அப்படியிருக்க நாகம்மாள் தன் 'அன்பனு'டன் தனியாக வாழத்தான் பிரிவினை கேட்கிறாள் என்றும் சொல்ல முடியவில்லை.

மேலும், நாகம்மாளுடைய குணநலன்கள் பற்றிக்கூட நம்மால் எதுவும் முடிவெடுக்க இயலவில்லை. அவள் நல்லவளா? கெட்டவளா? நல்லவளும்தான்; கெட்டவளும்தான்.

> இவ்வளவு நாளாக தாய் போன்று ஒற்றுமையாகக் குடும்பத்தை நடத்தியவளா பிரிக்க முயல்கிறாள் (ப.99).

> இந்த வெள்ளை மனதில் இப்போதுதான் யாரோ கரியைத் தடவிவிட்டார்கள் (ப.99, 100)

இதில் தாய் போன்றவள், வெள்ளை மனது என்றெல்லாம் கூறுவது அவள் நல்லவள்தான் என்கிறது. வேறொரு இடத்தில் 'மசப்புள்ள' என்கிறார். ஆனால் இதையெல்லாம் தலைகீழாக்கி விடுகிற மாதிரி,

> பாம்புக்குட்டி புரண்டு விழுந்து விளையாட வந்தாலும் கொத்துவதைத் தவிர வேறு எதற்காக இருக்க முடியும்? (ப.52, 53)

என்று பாம்புக்குட்டியாக நாகம்மாளை உருவகிக்கிறார். நாகம்மாள் இரண்டாம் பதிப்பு அட்டை ஓவியமாக நாகம்மாளை முகமற்ற பெண்ணாக ஓவியர் மருது வரைந்திருப்பது பொருள் பொதிந்தது. அவளுடைய பாத்திரப் படைப்பை இன்னதென்று வரையறுத்து விட முடியாது என்பதே அதன் பலமும் கூட. நாவலில் விவாதத்திற்குரிய மற்றொரு செய்தி நாகம்மாளுக்கும் அவள் கொழுந்தன் சின்னப்பனுக்கும் உள்ள உறவு பற்றியானது. இவ்வாறான ஐயத்தைத் தோற்றுவிக்கக் காரணம் நாகம்மாளின் குழந்தை பற்றியும் கணவன் பற்றியும் வரும் குறிப்புகள்,

> நாகம்மாளின் நான்கு வயதுக் குழந்தை முத்தாயா நிலா வெளிச்சத்தில் வாசலில் விளையாடிக் கொண்டிருந்தாள் *(ப.5)*.

முத்தாயாளுக்கு நான்கு வயது என்று இந்தக் குறிப்புக் கூறுகிறது. அவள் கணவன் வாணவெடிபட்டு இறந்து போகிறான். அது நடந்தது பத்து ஆண்டுகளுக்கு முன்பு. இதைச் சின்னப்பன்,

> கணவன் இறப்பதற்குப் பத்து வருஷத்திற்கு முன்பிருந்தே அவள் ஒரு ராணி போலவே நடந்து வந்திருக்கிறாள் . . . *(ப.15)*
>
> இதே மாதிரிதான் பத்து வருஷத்துக்கு முன்னாலே நடந்த பொங்கலின்போது நானும் என் அண்ணனும் . . .
>
> . . . அன்னைக்கு ஆட்டம் கட்டினதிலிருந்து சாமத்துவரை எப்படிக் குதித்துக் கொண்டிருந்தோம். அன்னிக்கு ராத்திரி வாணத் தீயில் அண்ணன் ஒடம்பு வெந்து போகுமின்னு எவந்தான் நெனச்சான் *(ப.21)*.

எனக் கூறுகிறான்.

இந்த இரண்டு குறிப்புகளும் பத்து ஆண்டுகளுக்கு முன்பு கணவன் இறந்து போனான் என்கின்றன. ஆனால் குழந்தைக்கு நான்கு வயது. அப்படியானால் யாருக்குப் பிறந்தது குழந்தை? ஷண்முகசுந்தரம் கவனம் தப்பி எழுதிவிட்ட பிழையா? ஏனென்றால் இதுபோலச் சிறு சிறு தவறுகள் செய்யக் கூடியவர்தான் அவர். இங்கே இந்த முரண் நாகம்மாளுக்கும் சின்னப்பனுக்கும் உள்ள உறவு பற்றிய கேள்வியையும் எழுப்புகிறது. சின்னப்பனுக்குத் திருமணமாகுமுன் நாகம்மாள் அவனிடம் மிகுந்த அன்போடு நடந்து கொண்டிருந்தாள். அது குறித்தான ஒரு குறிப்பு,

> இவனுக்குக் (சின்னப்பனுக்கு) கலியாணமாகுமுன் குளிப்பதற்கெல்லாம் வெந்நீர் நாகம்மாளே எடுத்து வைப்பாள். வேண்டாமென்று மறுத்தாலும் ஒரு தரத்துக்கு

இரண்டு தரமாக முதுகு தேய்த்து விடாது இருக்க மாட்டாள் (ப.124).

என்று கூறுகிறது.

இந்தக் குறிப்பினாலும் சின்னப்பனும் ராமாயியும் நாகம்மாளின் குழந்தையுடன் மிக அன்பாக இருப்பதனாலும் அவ்வாறான வாய்ப்பு உண்டா என்ற எண்ணம் ஏற்படுகிறது. ஆனால் வேறு எங்கும் இதனைக் குறித்த செய்தி எதுவும் இல்லை. பிற பாத்திரக் கூற்றுக்களும் இல்லை.

கொங்குக் கவுண்டர் வழக்கப்படி, கணவன் இறந்ததும் மனைவி வெள்ளைச் சேலை உடுத்திக்கொள்ள வேண்டும் என்பதும் உணவுக் கட்டுப்பாடு போன்றவற்றை மேற்கொள்ள வேண்டும் என்பதும் முறை. வேறு ஆணுடன், அது யாராக இருந்தாலும் சரி, உறவு வைத்துக் கொள்வதை ஒழுக்கக் கேடு என்றுதான் பேசும். கணவன் இறந்தபின் நாகம்மாளுக்குச் சின்னப்பனோடு உறவு இருந்திருக்குமென்றால் – ஒரு குழந்தை பிறந்து வளர்க்குமளவு – அது குறித்தான பேச்சு எங்காவது வெளிப்பட்டிருக்க வேண்டும். அப்படி எதுவும் இல்லை. ஆனால் கொங்குப் பழமொழி ஒன்று,

அண்ணன் பொண்டாட்டி அரப்பொண்டாட்டி

தம்பி பொண்டாட்டி தம்பொண்டாட்டி

என்று கூறுகிறது. இப்பழமொழி விளக்குவது பழங்காலச் சமுதாயத்தை என்றே சொல்ல வேண்டும். ஏனென்றால் இப்போது பழமொழி இருக்கிறதே தவிர வழக்கம் இல்லை. இப்படி எல்லாம் வாசகர் சிந்தனையைத் தூண்டும் விதமாக நாகம்மாள் அமைந்திருக்கிறது. நாகம்மாள் இன்றும் பெரிதாகப் பேசப்படும் நாவலாக இருப்பதற்கும் இது ஒரு காரணம். படிக்கப் படிக்க இதுபோல வாசகர்களின் சிந்தனையைக் கோரும் வண்ணம் அவர்கள் தங்கள் பிரதியைத் தாங்களே உருவாக்கிக் கொள்ளும் வண்ணம் நாகம்மாள் அமைந்திருக்கிறது.

பனித்துளியில் மிக விரிவாக இல்லை என்றாலும், வாசகர் பங்கேற்புக்கான வாயில்கள் சிலவற்றை வைத்திருக்கிறார். அதுவும் கூட, ஆண் பெண் உறவு தொடர்பானதே. கருப்பண்ண கவுண்டரின் மகள் முத்தாயா இளம் வயதிலேயே கைம்பெண் ஆனவள். குடும்பப் பொறுப்பு முழுவதையும் கவனித்துக் கொண்டு வீட்டோடு இருப்பவள். அவர்கள் வீட்டில் தந்தைக்குக் கையாளாக எல்லா வேலைகளையும் செய்து கொண்டிருப்பவன் நாச்சப்பன். முத்தாயாளுக்கும் நாச்சப்பனுக்கும் என்னவித உறவு இருக்கிறது என்பதில் ஆசிரியர் தெளிந்த தீர்ப்புச் சொல்வதில்லை.

கருப்பண்ண கவுண்டரின் எதிரிகளே முத்தாயாளுக்கும் நாச்சப்பனுக்கும் உறவு இருப்பதாகக் கதை கட்டிவிடுகிறார்கள்.

> ஒரு கொங்க கொமரி, அதுவும் முண்டச்சி ஒரு தண்டுவனுக்கு ஊட்டுலே ஒரு குஞ்சுகூட இல்லாதபோது முதுகு தேச்சுடப் போனான்னா, அதிலே என்னமோ வேற விசயம் இல்லாமலா இருக்கும்? *(பனித்துளி, ப.43)*

என்கிறார்கள். இத்தனைக்கும் அந்த நிகழ்ச்சியை ஆசிரியர் காட்டுவதில்லை. பொன்னபண்டாரம் சொல்கிறான். அவன் சொல்வது கதையா, உண்மையாகவே பார்த்தானா, பார்த்திருந்தாலும் அது உண்மையாக இருக்குமா – போன்ற கேள்விகள் உள்ளன. அதே சமயம் ஆசிரியர் முத்தாயாள் – நாச்சப்பன் தொடர்பான ஒரு நிகழ்ச்சியையும் காட்டுகிறார். நாச்சப்பனுக்கு, முத்தாயா சோறு கொண்டு செல்கிறாள். அவர்களை இணைத்து ஊரார் பேசுவதையும் அறிந்திருக்கிறாள். அவர்களின் உரையாடலில் ஒரு பகுதி –

> "ஏ . . . நா வரப்படாதா? இல்லாட்டி என்னெக் கண்டா உனக்குப் புடிக்கலயா?" என்றாள்.
>
> "உன்னை எனக்கு ரொம்பப் புடிச்சிருக்குது. ஆனா உம் பேச்சுத்தாம் புடிக்க மாட்டிங்குது? ஏ ரெண்டு நாளா இப்படி எங்கிட்ட வெறுப்பா பேசிக்கிட்டு வாராய்?" *(ப.48)*

இதிலிருந்தும்கூட நாம் எதையும் முடிவு செய்ய இயலவில்லை. இது இயல்பான பேச்சாகக்கூட இருக்கலாம். மேலும்,

> பெண்; ஆம், ஒரு பெண்ணைத்தான், களங்க முள்ளவளாகச் சந்தேகித்தால் அவள் மனம் என்ன பாடுபடும் என்பதை முத்தாயாளைப் பார்த்தால் தெரிந்து கொள்ளலாம் *(ப.89)*.

இவ்வாறும் சொல்கிறார். முத்தாயாள் தன்னை வெளிப்படுத்திக் கொள்வதற்காக அரளி விதையை அரைத்துத் தின்று விடுகிறாள். நாச்சியப்பன் ஊரைவிட்டே போய்விடுகிறான். அவன் ஏன் ஊரை விட்டுப் போகவேண்டும் என்கிற கேள்வி வருகிறது. அவர்களிடையே உடல் வகையான உறவு இல்லையென்றாலும் மனவகையான உறவு இருந்திருக்கலாம் என்றும் படுகிறது. அதைப் போலவே முத்தாயாளுக்கும் மாரியப்பனுக்கும் என்ன வகையிலே பழக்கம் என்பதும் கேள்வியே. அவர்களிடையே நடக்கும் உரையாடலும் குழப்பத்தை உண்டு பண்ணுவதுதான்.

> "உனக்கு எங்கப்பா தெரியும்; பாக்லா, நீயே சொல்லுவீன்னு பாத்தே, எனக்குத் தெரியாதுன்னு இருக்கிறயா?"

"இப்ப எனக்கு என்னதான் தெரியப் போகுது? நெலத்திலே நடக்கிறது கூடத்தான் தெரியாது."

"விசயத்தைச் சொல்லாமே, சும்மா என்னென்னமோ பேசறயே"

". . . முத்தாயா இங்கே பாரு, சொல்ல மாட்டாயா? என்ன விசயம்" என்றான்.

முத்தாயா அங்கேயே நின்றுகொண்டு சிறிது நேரம் மாரியப்பன் முகத்தையே பார்த்தாள். பிறகு சிரித்துக் கொண்டு . . . .

"செல்லாயாளைப் பார்க்கிறதுன்னா வரச் சொன்னாங்க ... மாரியப்பன் கலகலவெனச் சிரித்தான். இதுதானா? நான் என்னடாப்பான்னு பாத்தேன்" என்றான் (ப.33, 34).

இந்த உரையாடலில் இருவரிடமும் ஏதோ ஒருவித எதிர்பார்ப்பு இருப்பதையும், அதைப் பிறர் வாயில் இருந்து வரவழைக்க முயல்வதையும் காணலாம். இதுவும் கூட அவ்வளவு எளிதாகப் புறக்கணித்து விட முடியாதபடி சிக்கலாக வெளிப்பட்டுள்ள உறவுதான். பின்னர் கருப்பண்ண கவுண்டருக்கும், ராமசாமிக் கவுண்டருக்கும் ஏற்பட்டுள்ள தகராறில் கூட, மாரியப்பனைப் பார்த்தால் சிக்கல் தீர்ந்து விடும் என்றே முத்தாயாள் வழி சொல்கிறாள். இவையெல்லாம் ஒருவிதமான ஊகத்தை நமக்குள் ஏற்படுத்துகின்றன. முடிவு? அது ஷண்முகசுந்தரத்தைப் போலவே வாசகரும் இப்படியும் இருக்கலாம்; அப்படியும் இருக்கலாம் என்று கொள்ள வேண்டியதுதான்.

அறுவடை நாவலில் ஷண்முகசுந்தரம் குறிப்பிடத்தக்க உத்தி ஒன்றைப் பயன்படுத்தி நாவலை நகர்த்திச் செல்கிறார். சோளப்பயிர் வளர்ந்திருக்கும்போது நாவல் கதை தொடங்குகிறது; அறுவடையின் போது முடிகின்றது. கதை அமைப்புக்கும் இந்த உத்திக்கும் மிகப் பொருத்தமாக இருக்கிறது. தேவானைக்கும் சுப்ரமணிக்கும் உறவு இருக்கிறது. சுப்ரமணியின் தாத்தா சின்னப்ப முதலியார். ஏழ்மை காரணமாகச் சின்னப்ப முதலியாருக்கு தேவானையைத் திருமணம் செய்து கொடுக்கத் தீர்மானிக்கிறான் நாச்சிமுத்து – தேவானையின் தந்தை. சுப்ரமணி, "எங்க தாத்தனைக் கட்டிக்கிறது நல்லதாப் போச்சு' என்கிறான். ஆக, திருமணம் முடிவாகி விடுகிறது. திருமண நேரம் நெருங்கும் போது சின்னப்ப முதலியார் இறந்துவிட்டது தெரிகிறது? அவர் செத்தது எப்படி? இயற்கையாகவா? கொலையா?

"அநியாயமா விஷத்தைக் கொடுத்துக் கொன்னிட்டாங்களே சண்டாளர்கள்" என்று கூக்குரல் இட்டான் நாச்சிமுத்து *(அறுவடை, ப.72)*

யார் அந்தச் சண்டாளர்கள்? சின்னப்ப முதலியாரின் மகனும், மருமகளும்தான். மருமகளோடு சண்டை போட்டுக்கொண்டுதான் சின்னப்ப முதலியார் தோட்டத்துச் சாளைக்கு வந்து விடுகிறார். அவர் திருமணம் செய்துகொள்ள முயல்வதை மருமகள் எத்தனையோ விதமாகத் தடுக்கப் பார்க்கிறாள். சின்னப்ப முதலியாருக்குப் பெண் பார்த்துக் கொண்டிருக்கும் கருப்பண்ண முதலியாரிடம் சண்டை போடுகிறாள்; எப்படியும் தடுத்து விடுவது என்று முயல்கிறாள்.

". . . சாகப்போற கெழவனுக்கு நீ கல்யாணத்தெப் பண்ணி வெச்சிட்டு ஊரில இருந்திருவயாங்கறே?"

"என்ன செஞ்சு போடுவாளாம்?"

"அவங்கப்பங்கிட்ட இருக்கிற திருட்டுத் துப்பாக்கியைக் கொண்டாந்து சுட்டுத் தள்ளிவிடுவாளாம்" *(ப.49)*

அந்த அளவுக்குப் பேசக் கூடியவள். வேறு வழியில்லை என்று திருமணத்திற்கு ஒத்துக் கொள்கிறாள். அப்படி ஒத்துக்கொண்டது வேடம்தானோ. அவளே நஞ்சு வைத்திருக்கலாமல்லவா? அப்படி யோசிப்பதற்கான வாய்ப்பு இருக்கிறது. அதே சமயம் இயல்பான சாவுதான் என்று கருதிக் கொள்ளவும் ஒரு வாய்ப்பை வைத்திருக்கிறார் ஆசிரியர். சின்னப்ப முதலியாருக்கு ஏறக்குறைய எழுபது வயது இருக்கும். அப்படிப்பட்ட கிழவர் செத்துப்போவது நஞ்சு கொடுத்துத்தானா நடக்கும்? மேலும், சின்னப்ப முதலியார் தன் உடல்நிலை பற்றி,

எதுக்கு ஒடம்புக்கு ஏதாச்சும் நோவா நொடியா? அதெல்லா ஒண்ணும் கெடயாதுங்களே? எப்பாச்சும் ஒருக்கா எதாச்சும் சேராதது சேந்துதன்னா நெஞ்சை வந்து குப்பினு அடைக்கும். அதைக் கொஞ்சம் கையில நீவி உட்டாக்கூட தவிஞ்சு போகும். அதைத் தவிர எனக்கென்னுங்க மாப்பிளை? *(ப.38, 39)*

என்று சொல்கிறார். நகைச்சுவையோடு ஆசிரியர் சொல்லி யிருந்தாலும் சின்னப்ப முதலியாரின் சாவு இயற்கையானது என்றும் நாம் கருதிக் கொள்கிற வழி இதில் இருக்கிறது. மனித உறவுகளுக்கிடையே இருக்கும் சிக்கல்களை நாவலினூடே எழுப்பிச் செல்லும் ஆசிரியர், அதற்கான தீர்மானகரமான காரணங்களை எங்கும் வெளிப்படுத்துவதில்லை.

சட்டிசுட்டது நாவலில் நாகம்மாளைப் போல சிறிது விரிவான தளத்தில் வாசகர் பங்கேற்புக்கான வாய்ப்புகள் காணப்படுகின்றன. பண்ணாடி சாமிக் கவுண்டர், மகன்களுடனும் மருமகள்களுடனும் இருக்கப் பிடிக்காமல் தன் ஒரே மகள் வேலாத்தாளைக் கூட்டிக்கொண்டு தோட்டத்துச் சாளைக்குச் குடிவந்து விடுகிறார். வயது போன காலத்தில், பேரன் பேத்திகளோடு கொஞ்சி மகிழ்ந்திருக்க வேண்டிய பெரிய பொறுப்பையும் சுமந்துகொண்டு அவர் எதற்காகத் தோட்டத்துச் சாளைக்குத் தனியாக வரவேண்டும்? அப்படி என்ன தான் நடந்துவிட்டது? அதைப்பற்றி யாரிடமும் சாமிக்கவுண்டர் மூச்சுவிட மாட்டேன் என்கிறார். ஷண்முகசுந்தரத்தின் பாத்திரம்தானே அவர்? ஷண்முகசுந்தரம் என்ன சொல்கிறார் என்று அறிந்துகொள்ள முயலலாம்.

> எல்லாவற்றையும் விட்டு விட்டு திடீரென்று காட்டு வாழ்வை அவர் ஏன் மேற்கொண்டார்? (சட்டிசுட்டதடா, ப.21, 23)

என்ற கேள்வியைச் ஷண்முகசுந்தரமும் கேட்கிறார். ஆனால் விடை தான் அவருக்கும் தெரியவில்லை. ஏனென்றால் சாமிக்கவுண்டர் அப்படிப்பட்டவர்.

> அவர் என்ன நினைக்கிறார்? என்ன செய்யப்போகிறார்? என்பதை முன்கூட்டியே எவராலும் கண்டு கொள்ள முடியாது . . . தந்தையும் மகளும் குடும்பத்திலிருந்து பிரிந்து தனியாக ஏன் தோட்டத்திற்கு வந்துவிட்டார்கள். இக்கேள்விக்கு வேலாத்தாள்கூடப் பதில் அளிக்கச் சிரமப்படுவாள் (ப.24).

சாமிக்கவுண்டரின் மகளுக்கே தெரியாத செய்தி ஷண்முக சுந்தரத்திற்கு மட்டும் எப்படித் தெரிந்து விடும்? அவருக்குத் தெரிந்தாலல்லவா வாசகருக்குச் சொல்ல முடியும். அவரோடு சேர்ந்து கதைப்போக்கில் வாசகரும் தேடிக்கொண்டே போக வேண்டியதுதான்.

> இப்போது தனக்காக – தனக்கு மட்டுமா? மகளுக்காக – மகளுக்காகவே தனிக்குடித்தனம் தொடங்க வேண்டிய நிர்பந்தம் ஏற்பட்டுவிட்டதே அவருக்கு (ப.32).

மகளுக்காகவே தனிக்குடித்தனம் தொடங்க வேண்டிய நிர்பந்தம் என்றால் என்ன பொருள்? மகளுக்கும் நங்கையார்க்காரிக்கும் ஆகவில்லையா? அதனால் தான் தனியாக வர நேர்ந்ததா? முதலில் அவருக்கும் மருமகள்களுக்கும் தான் சிக்கல் இருக்கும் என்று யோசிக்க முடிந்தது. இப்போது இன்னொரு முடிச்சு விழுந்து

விட்டது. அவருடைய மகன், மருமகள்கள் மூலம் ஏதாவது தெரியுமா என்று பார்க்க வேண்டியிருக்கிறது.

> மாமன் அவுங்க இப்படி என்ற மூக்கை அறுத்துப் போட்டாங்களே? என் மானத்தை வாங்கோனுமின்னு எத்தனை நாளா நெனச்சுக்கிட்டு இருந்தாங்க *(ப.35).*

என்று மூத்த மருமகள் புலம்புகிறாள். அவளிடமிருந்தோ அவள் கணவனிடம் இருந்தோ செய்தி ஒன்றும் வெளிவருவதாயில்லை. இன்னொரு மருமகள் செல்லாயா,

> பெத்துப் பொறப்பு வேணுமின்னு இருந்தா அவளே நின்னிருப்பாளே. பிரிஞ்சு போலாம்னு அப்பங்கிட்டே அவதான் தூவம் போட்டாளோ என்னவோ *(ப.38)*

எனச் சொல்கிறாள். இதன் மூலம் அவள் வேலத்தாள் மீது பழியைப் போடுகிறாள். இரண்டு பேருக்கும் முன்கூட்டியே எதுவும் சிக்கல் இருந்திருக்கும் போலத்தான் தெரிகிறது. ஆனால் என்னவென்று தெரியவில்லை. அதுவும்கூட, சந்தேகமாகவே போட்டாளோ என்னவோ என்றுதான் சொல்கிறாள். வேலாத்தாள் என்ன நினைக்கிறாள்?

> வயது காலத்தில் நிம்மதியாக இருக்க வேண்டியவர். இதுநாள் வரை நிம்மதியாக இருந்தவர், தன் அண்ணன்மார் இருவரையும் விரோதித்துக்கொண்டு இனி இந்த மருமக்கள் கையில சோறு வாங்கித் தின்னக்கூடாது என்று தன் நன்மைக்காக, தனக்காகவே சாளை வாசத்தை மேற்கொண்டுள்ள தந்தைக்குச் சுவையாக சமைத்துப் போடுவதிலுள்ள திருப்தியை முழுதும் உணர்ந்திருந்தாள்... *(ப.42)*

வேலாத்தாள் கூட தனக்காகவே, தன் நன்மைக்காகவே தன் தந்தை பிரிந்து வந்துவிட்டார் என்று சிந்திக்கிறாள். அண்ணன்களோடு சேர்ந்து இருந்தால் வேலாத்தாளின் நன்மைக்குப் பங்கம் வரும் என்றால் என்ன சிக்கல்? வேலாத்தாளுக்குத் தேவையானதை அவர்கள் தர மறுத்து விட்டார்களா? தர மாட்டார்கள் என்று உணர்ந்த பண்ணாடி, மகளைக் கூட்டிக்கொண்டு வந்துவிட்டாரா? அப்படியும் இருக்கலாம். ஏனென்றால் பண்ணாடியும் மகளும் இப்போது இங்கே வந்து தங்கியிருக்கும் தோட்டத்தைக் குறித்தும், மகன்கள் கேள்வி கேட்கிறார்கள் என்றால், சொத்து பற்றிச் சிக்கலும் இருந்திருக்கும் தானே.

> எங்க அம்மா இந்தத் தோட்டத்தை சீதனமா வேலாத்தாளுக்குக் குடுத்தது நெசந்தானுங்களா? அது சீதனமாக் கெடச்ச சொத்து

தானுங்களா? இல்லை எங்க அப்பாரய்யன் சம்பாதிச்ச பூமிங்களா? (ப.50)

என்று கணக்கய்யரிடம் பண்ணாடியின் மகன்கள் விசாரிக்கிறார்கள். அத்தோடு வேலாத்தாளுக்கு அவள் அம்மா விட்டுப் போன நகைகளைக் கொடுக்க ஏதேதோ சாக்குப் போக்குச் சொல்லித் தட்டிக்கழிக்கிறார்கள். ஆகவே வேலத்தாளுக்குச் சீதனம் கொடுத்துத் திருமணம் செய்து வைப்பதில் ஏற்பட்ட சொத்துத் தகராறும் கூட இருக்கலாம்தான்.

மகன்கள் தந்தையைப் பற்றி என்ன நினைக்கிறார்கள்? நாவலில் வரும் எல்லோரும் சொல்வதைப்போல் கெட்டவர்களா? அவர்கள் பக்கத்து நியாயம் என்ன?

பொங்கு பொடி வித்தவனெல்லாம் இன்னைக்கு சந்தனப் பொட்டு வெச்சிக்கிட்டு பூமி கீமி வெலைக்கு வருமா வாங்கலாமின்னு பார்க்கிறான். நாம என்னடான்னா உள்ளதையும் தொலச்சிருவம் போல் இருக்குது. ஐய்யந்தான் நாம விருத்திக்கு வாரதிக்கே உடுலியே (ப.61).

எங்களைத்தான் எங்க ஐயன் ஒண்ணிலேயும் முன்னுக்கே உடுலீங்களே (ப.104).

என்று மகன்கள் பேசிக் கொண்டிருக்கின்றனர். இந்நாவலில் தலைமுறை இடைவெளி தொடர்பான பல செய்திகள் வருகின்றன. பண்ணாடியின் மதிப்பீடுகளுக்கும் மகன்களின் மதிப்பீடுகளுக்கும் பெருத்த இடைவெளி இருக்கின்றது. மகன்கள் ஒரு வழியில் போய்ச் சொத்துச் சேர்க்க முயன்றிருக்கலாம். அந்த வழிக்குப் பண்ணாடி முட்டுக்கட்டை போட்டிருக்கலாம். இதுபோலப் பல நிகழ்ச்சிகள் நடந்திருக்க வேண்டும். இல்லாவிட்டால் தங்கள் தந்தைதான், தாங்கள் விருத்திக்கு வரவே விடவில்லை என்று குற்றம் சொல்வார்களா?

ஒரு சிக்கலில் ஒரு பக்கத்தை மட்டும் நியாயம் என்று காட்டுவது படைப்பாளனுக்கு உகந்ததல்ல. இரண்டு பக்கங்களையும் அவன் காட்ட வேண்டி இருக்கிறது. எந்தப் பக்கம் நியாயமிருக்கிறது என்பதை வாசகர்கள் தாம் முடிவு செய்துகொள்ள வேண்டும். அப்படி விட்டுவிடுவதுதான் ஒரு நல்ல படைப்புக்கு வழிகோலும். இங்கே ஷண்முகசுந்தரம் எந்தப் பாத்திரத்தின் பின்னால் நின்றும் பேசவில்லை. பண்ணாடியின் பக்கம் அவர் சாய்வு இருந்தபோதும் – அது பழைய மதிப்பீடுகள் சார்ந்தது – எதிர்ப்பக்கத்தைக் காட்ட மறுக்கவில்லை. பண்ணாடி, வேலாத்தாள், மகன்கள், மருமகள்கள் – என்று எல்லாப் பக்கமும் வாசகரை அலைய

விடுகிறார். எல்லோரும் தங்கள் தங்கள் பக்கத்து நியாயத்தைப் பேசுகிறார்கள். வாசகர் யாருக்கென்று சொல்ல முடியும்?

மனக்கசப்பு மகனோடு. இவராகக் கசப்பாக நடந்து கொள்ளவில்லை. கசப்பு அடையும்படி அவர்கள் காரியங்களைச் செய்துகொண்டு போனார்கள். மனம் கசந்து பண்ணாடி மவுனியாகிவிட்டார்.

மருமகளுக்கு அந்த விஷயத்தில் பங்கில்லையா? ஏன் இல்லை? மருமகள் இரண்டு பேருமே ஆதியிலிருந்தே இவர் தங்களை அன்பாக நடத்த மாட்டார் என்று எண்ணிக்கொண்டுதான் அந்த வீட்டிற்குள் அடியெடுத்து வைத்தார்கள் (ப.95).

இதிலிருந்து மனக்கசப்பு திடீரென்று ஏற்பட்டதல்லவென்றும் தெரிகிறது. ரொம்ப நாள்களாக இருந்தது, கனிந்து இப்போது முடிவுக்கு வந்திருக்கிறது. அது என்னவாக இருக்கும்? ஒன்றாகத்தான் இருக்க வேண்டுமா என்ன? பல காரணங்கள் இருக்கலாம். இதில் யார் பக்கம் வாசகர் நிற்பது.

பெரிய பண்ணாடியின் போக்கு அவர்களுக்குப் பிடிக்கவில்லை. அல்லது அவர்கள் செய்கை இவருக்கு எட்டிக்காயாக இருந்தது (ப.103).

என்று ஷண்முகசுந்தரம் போலவே, வாசகர் முடிவு செய்துவிட வேண்டும். அதுவும் இருக்கலாம்; இதுவும் இருக்கலாம் என்பதைத் தவிர வேறென்ன சொல்ல முடியும்?

இருதரப்பாரின் வாதமும் சரியென்றே நமக்குப் படுகிறது; அதுதான் வாதத்தின் மகத்துவம் (தி. பாக்கியமுத்து (ப.ஆ.), 1978, ப.126).

என்கிற பாராட்டு ஷண்முகசுந்தரத்திற்குப் பொருத்தமானதே. சட்டி சுட்டது நாவலில் வரும் ஒரு முக்கிய பாத்திரம் மீனாட்சி. அவள் பண்ணாடியின் மகன்கள் படித்துக்கொண்டிருந்தபோது, அவர்கள் விடுதியில் வேலைக்காரியாக இருந்தவள். அவர் மூத்த மகன் திருமணத்தின்போது அவனைக் கூட்டிக் கொண்டு போய்விட்டவள். அதன் காரணமாக, பெரிய அவமானத்திற்கு அவர் ஆளானார். கடைசியாக, ஒரு பையனுடன் அவருடைய ஊருக்கே சாமி ஆடுபவளாக வந்து சேர்கிறாள். பண்ணாடியின் வாழ்க்கையுடன் நேரடியாக அல்லாமல் மறைமுகமாக ஒவ்வொரு கட்டத்திலும் தொடர்புபட்டு இருக்கிறாள். அவளைக் குறித்தான மேல் விபரங்கள், அவளுடைய செயல்பாட்டுக்கான காரணங்கள், அவள் மாற்றங்கள் –போன்றவை குறித்து ஆசிரியர் எதையும் சொல்வதில்லை. வாசகர் பார்வைக்கே விட்டு

விடுகிறார். அவருக்கும் அவருடைய மகனுக்கும் என்ன தொடர்பு? அவளை முதல் முறை, வேலைக்காரியாகச் சந்தித்தார். அப்போது அவருடைய மகன்களுக்குப் பீடியும் சிகரெட்டும் பழக்கப்படுத்தி விட்டவள் அவள்தான்.

> மாரப்பன் கையில் பீடி இருந்தது. பழனியப்பன் வாயில் சிகரெட் இருந்தது. மீனாட்சி பாய்ச்சல் நடையில் வழிநடத்திக் கொண்டு வந்தாள்.... சாமிக்கவுண்டருக்குத் தம் பையன்கள் புகை குடித்துக் கொண்டு சென்றது கூடப் பெரிய குற்றமாகப் படவில்லை. எட்டு வயது, பத்து வயதுப் பையன்களுக்கு என்ன தெரியும்? ஆனால் விவரம் தெரிந்த மீனாட்சி அதைத் தடுத்திருக்க வேண்டாமா? (சட்டி சுட்டதடா, ப.71)

அவர்கள் பீடியும் சிகரெட்டும் பிடிப்பதை ஏன் மீனாட்சி தடுக்கவில்லை. சாமிக்கவுண்டருக்கும் தெரியாது; ஷண்முக சுந்தரத்திற்கும் தெரியாது. மாரப்பனுக்குத் திருமணம். உற்றார் உறவினர் மாப்பிள்ளையைத் தேடிக் கொண்டிருந்தார்கள். அவன் எங்கே?

> ... மாரப்பனும் இந்த மீனாட்சியும் குதிரை வண்டியில் வேகமாகப் போய்க் கொண்டிருக்கிறார்கள். ஒரு கணத்தில் எப்படி மாறினான்? அவள் எங்கிருந்து எப்போது வந்தாள்? அங்கேயே எங்காவது முன்னரே இருந்து கொண்டிருந்தாளா? அப்படியானால் திருமணத்திற்கு மாரப்பன் சம்மதித்திருக்கலாமா? திடீரென்று மகன் மனம் மாறிவிட்டானா? ஏதாவது மாய மந்திரத்தில் புதல்வனை அவள் மயக்கிவிட்டாளா? உணவு விடுதியில் இருந்தவளுக்கும் பையனுக்கும் வயது வித்தியாசம் என்ன? பத்துப் பதினைந்து ஆண்டு வித்தியாசம் என்ன பெரிய வித்தியாசம் (ப.50)

இந்தக் கேள்விகள் எல்லாம் கேள்விகள்தான். நாவலில் பதில் இல்லை. தேடிக் கொண்டிருக்க வேண்டிய கேள்விகள்; அவ்வளவுதான். எல்லாவற்றிற்கும் மிக எளிதாகப் பதில் சொல்லி விட்டுப் போகிற அளவு, வாழ்க்கை அத்தனை சாதாரணமானதாக இல்லை. அதனால்தான் ஷண்முகசுந்தரம் வாசகர்களுக்கே விட்டுவிடுகிறார். மேலும், மீனாட்சி திரும்ப வருவது, சாமி சொல்வது போன்ற மாற்றங்களும் எப்படி ஏற்பட்டன என்பது வியப்புத்தான். அதைப் பற்றியும் நாவலில் பதில்கள் இல்லை.

ஷண்முகசுந்தரத்தின் குறிப்பிடத்தக்கதும் தனித்துச் சொல்லப்பட வேண்டியதுமான நாவல் 'தனிவழி.' நகரம், தொழிற்சாலை தொடர்பான சிக்கல்களை மையப்படுத்திய நாவல். இந்நாவலிலும் ஒரு பகுதி மேற்கண்ட தன்மைகளைக்

கொண்டு விளங்குகிறது. கருப்பண்ணன் மில் மேஸ்திரி. அவன் மூலமாக வண்டிக்கார நாச்சப்பனும் அவன் மகன் கிட்டப்பனும் கோவைக்குப் போகிறார்கள். கிட்டப்பன் நூற்பாலையில் வேலைக்குச் சேர்கிறான். தனி வீடு எடுத்துத் தங்குகிறார்கள். மலையக்காளும் அவள் மகள் குஞ்சாளும் அவர்களோடு வந்து இணைகிறார்கள். இங்கே கருப்பண்ணனுக்கும் மலையக்காளுக்கும் உள்ள உறவு என்ன என்பது பற்றியான கேள்விகள் எழுகின்றன. மூன்று அழைப்பு நாவலில் சாவித்திரி என்ன காரணத்துக்காக வீட்டை விட்டுச் செல்கிறாள் என்பதும் எல்லா வசதிகளும் கிடைத்தும் மனநிழல் நாவலில் குஞ்சான் ஒழுக்கம் கெட்ட பெண்ணொருத்தியின் பின்னால் சென்று, தற்கொலை செய்துகொள்ள நேர்வது ஏன் என்பதும் வாசகர் எண்ணங்களுக்கே விடப்பட்டுள்ளன.

எல்லாவற்றையும் முடிவாக வெளிப்படுத்திவிடும் நேர்கோட்டு, ஒற்றைப் பரிமாணத்தில் தம் நாவல்களைப் படைக்காமல், வாசகர் பார்வைக்கு அவற்றைத் திறந்து வைத்துவிடும் உத்தி ஷண்முகசுந்தரத்தின் படைப்பாளுமைத் திறன் சிறப்படைவதற்கு ஒரு காரணமாகின்றது.

●

5

கோட்பாட்டுத் தாக்கம்

ஆர். ஷண்முகசுந்தரம் காங்கிரஸ் இயக்கத்தில் ஈடுபாடு கொண்டிருந்தவர் என்பதும், காந்தியத்தை வாழ்வியல் நெறியாகப் போற்றியவர் என்பதும் பலரும் கூறும் செய்தி. அவர் விடுதலைப் போராட்டத்தில் நேரடிப் பங்கு பெற்றவர் இல்லை என்றாலும், அதனால் கவரப்பட்டவர். காந்தியின் மீது மிகுந்த மதிப்புக் கொண்டவர். தம் வாழ்வை அதற்கேற்ற நெறியில் அமைத்துக்கொள்ள முயன்றவர். இறுதிவரை கதராடையே அணிந்து வந்தார். பரந்த மனம், ஈகைக் குணம் போன்றவற்றை அவர் பெற்றிருந்தார்.

> இவருக்குப் பதினாறு பதினேழு வயதின்போது காங்கிரஸ் கட்சியில் தொடர்பு கொண்டிருந்தார். இளைஞர் படையில் சேர்ந்திருந்தார் (டி.சி. ராமசாமி, 1994, ப.3, 4). 1939இல் சென்னைக் கடற்கரையில் நேத்தாஜி சுபாஷ் சந்திரபோஸ் பேசியபோது பிரிட்டிஷ் ஆட்சிக்கு இறுதி எச்சரிக்கை விடுத்தார். இந்தப் பேச்சைக் கேட்ட ஷண்முகசுந்தரத்திற்கு ஒரு உத்வேகம் பிறந்தது (மேற்படி ப.5).

இத்தகவல்கள் காங்கிரசோடும் விடுதலைப் போராட்டத்தோடும் அவர் கொண்டிருந்த ஈடுபாட்டை விளக்கும்.

அதற்கேற்பவே, ஷண்முகசுந்தரத்தின் நாவல்களில் பெரும் பான்மையானவை விடுதலைப் போராட்ட காலத்தைப் பின்னணியாகக் கொண்டே எழுதப்பட்டுள்ளன. விடுதலைப் போராட்ட நிகழ்ச்சிகள் பல இடங்களில் குறிப்பிடப்படுகின்றன;

விடுதலைப் போராட்ட வீரர்கள் பலர் பாத்திரங்களாக வருகின்றனர். காந்தி, வினோபா, திருப்பூர் குமரன் போன்றவர்களின் பெயர்கள் ஆங்காங்கே குறிப்பிடப்படுகின்றன. கோவைப் பகுதியில் நடந்த போராட்டங்களில் முக்கியமானது சூலூர் வானூர்தி நிலையத் தீவைப்பு நிகழ்ச்சியாகும். 26.8.1942இல் நடந்த இந்நிகழ்ச்சி இலங்காதகனத்திற்கு இணையாகக் கருதப்பட்டது (இராம. இருசுப்பிள்ளை; 1993, ப.113). இதில் தொடர்புடையவர்கள் பலரும் தலைமறைவு வாழ்க்கை வாழ்ந்தனர். ஆர். ஷண்முக சுந்தரம் தம் நாவல்களில் இந்நிகழ்ச்சி பற்றிய குறிப்புகளையும் அதில் தொடர்புடையவர்களாகச் சில பாத்திரங்களையும் காட்டியுள்ளார். உதயதாரகை நாவலில் நெட்டைச் சாமியார் என்னும் பாத்திரம் அந்நிகழ்ச்சியில்,

> நெட்டைச் சாமியாரைக் கைது செய்துவிட்டார்கள். சூலூர் விமானநிலையத் தீவைப்பு வழக்கில் அவரும் சம்பந்தப்பட்டவராம். விமான நிலையத்துக்கு தீ வைத்தது! ஐயோ! அது அனைவரையும் திடுக்கிட வைத்ததாயிற்றே! வரலாறு மறக்க முடியாப் பெரும் சம்பவம்! காட்டுத்தீப் போல் அது எங்குமே பரவிவிட்டது. அதற்குள்! அதில் சம்பந்தப்பட்டவரோ நெட்டைச் சாமியார்! (உதயதாரகை, ப.163, 164)

எனத் தொடர்புடையவராகக் காட்டப்படுகிறார்.

அந்நிகழ்ச்சி பற்றியான குறிப்புகள் மனநிழல் (ப.80) ஆசையும் நேசமும் (ப.90) ஆகிய நாவல்களிலும் இடம்பெறுகின்றன. காந்தி, கோவைக்கு வந்த நிகழ்ச்சி உதயதாரகை (ப.120) நாவலில் குறிப்பிடப்படுகிறது. வினோபாவின் பூதான இயக்கம் புதுப்புனல் நாடகத்தில் இடம்பெற்றுள்ளது. திருப்பூர் குமரன் குறித்தான குறிப்பு சட்டி சுட்டது (ப.186) வில் காணப்படுகின்றது.

இவ்வாறு பின்னணிக் குறிப்புகளாக, போகிற போக்கில் இடம் பெறுபவையாக மட்டும்தான் இவை உள்ளனவா? இவருடைய படைப்புகளில் காந்தியத்தின் தாக்கம் அத்தோடு நின்று விடுகிறதா? வேறு என்னென்ன வகையாகப் பாதித்துள்ளது?

ஆர். ஷண்முகசுந்தரத்தின் முதல் நாவல் நாகம்மாள். இந்த நாவல் எழுதுவதற்கான பின்னணி குறித்து அவரே,

> அப்போது பாகிஸ்தான் பிரிவினையைப் பற்றிய பேச்சு அடிபட்ட நேரம். மகாத்மா போன்ற தலைவர்கள் ஒற்றுமையை வற்புறுத்திக் கொண்டிருந்தனர். இந்திய கிராமங்களிலும் நாட்டுப் பிரிவினையைப் போல குடும்பங்களில் பாகப் பிரிவினைகள் அதிகமாயின. இதனால் பிரிவினையைப் பற்றிய எண்ணத்தை மக்களின் மனத்தினின்றும் அகற்ற கிராம

சமூகத்தில் நடக்கும் ஒரு வீட்டு வாழ்க்கையை மையமாக வைத்து நாகம்மாளை எழுதினேன் (தீபம் இதழ், அக்டோபர் 1970, ப.49).

என்று கூறுகிறார். இதே கருத்தைக் க.நா. சுப்ரமணியம்,

நாற்பதுகளின் ஆரம்ப ஆண்டுகளில் இந்தியாவைத் துண்டாடும் பிரச்சினை, இந்தியாவை இரண்டு தேசங்களாக்கும் பிரச்சினை விசுவரூபம் எடுத்துக்கொண் டிருந்தது என்பது இன்றைய நாகம்மாள் வாசகர்களுக்கு நினைவிருக்க நியாயமில்லை. சொத்துக்களைப் பிரிப்பதுபோலத் தேசத்தைப் பிரிக்க வேண்டும் என்று பிரிட்டிஷார் தீர்மானித்தது, ஜனங்களில் பெரும்பான்மை யோருக்குப் பிடிக்காவிட்டாலும் அவசியமாகிப் போய்விட்டது. பிற்காலத்துச் சரித்திராசிரியர்கள், அரசியல்வாதிகள் இந்தியாவைத் துண்டாடும் காரியத்தில் மிகவும் முனைப்பாக நின்று காரியத்தைச் சாதித்தது லேடி மவுண்ட் பேட்டன்தான் என்று அரசல் பொருசலாகச் சரித்திரத்தை எழுதி இருந்தார்கள். நாகம்மாளுக்கும் லேடி மவுண்ட் பேட்டனுக்கும் வெகுதூரம் போலத் தோன்றினாலும் துண்டாடுகிற தீர்மானத்தில் இருவரும் ஒன்றுதான் (நாகம்மாள் முன்னுரை, ப.10, 11).

என விரிவாக விளக்குகிறார்.

நாகம்மாள் நாவலுக்கான கருவைத் தேர்ந்தெடுப்பதில் ஷண்முகசுந்தரத்திடம் தாக்கம் செலுத்தியது விடுதலைப் போராட்டமும் அக்காலத்தில் எழுந்திருந்த சிக்கல் பிரிவினையு மாகும். பிரிவினை ஒரு அரசியல் சிக்கல். இதனைச் சிறிய அளவில் வாழ்க்கைக்குள் காட்ட முனையும்போது, ஒரு படைப்பாளன் மிகுந்த எச்சரிக்கையோடு இருத்தல் அவசியம். நாகம்மாளைப் பொருத்தவரை ஷண்முகசுந்தரம் எப்பக்கமும் சாய்ந்து விடாமல் நடுநிலைமையோடு படைத்திருக்கிறார். பிரிவினை தொடர்பாகச் ஷண்முகசுந்தரத்திற்கு இருந்த கருத்து எதுவும் நாகம்மாளைப் பாதிக்கவில்லை. நாகம்மாள் தன்னியல் தன்மை கொண்டதாக விளங்குகிறது.

கைம்பெண்ணான நாகம்மாள் தன் கொழுந்தனிடம் பிரிவினை கோருகிறாள். இந்தப் பிரிவினையை வேறு எதனோடு வேண்டும் என்றாலும் பொருத்திக் கொள்ளலாம். ஆனால், பிரிவினை தவறானது; ஒற்றுமையே மேலானது போன்ற எந்தக் கருத்தையும் போதனை செய்வதில்லை அவர். வாழ்க்கை நம் பிடிக்குள் சிக்காது, திமிறிக் கொண்டு தன் போக்கில் ஓடக்கூடியது; நாகம்மாளும் அப்படித்தான். யாருமே எதிர்பார்க்காத வண்ணம்

ஒரு கொலை நிகழ்ந்து விடுகிறது. வாசகர்கள் மட்டுமல்ல, நாகம்மாளோ, கெட்டியப்பனோ, சின்னப்பனோ கூட இதனை எதிர்பார்த்து நிற்கவில்லை. இது இப்படித்தான் முடியப்போகிறது என்பது ஷண்முகசுந்தரத்திற்குக் கூடத் தெரிந்திருக்க நியாய மில்லை.

ஷண்முகசுந்தரம் காந்தியத்தியத்திலும், விடுதலைப் போராட்டத்திலும் ஈடுபாடு கொண்டவராக இருந்தபோதும் பிரிவினையை மக்கள் மனத்தினின்றும் அகற்ற வேண்டும் என்னும் நோக்கம் கொண்டிருப்பினும் அதையெல்லாம் நாவலின் களத்தில் அவர் எங்கும் வலியுறுத்தவே இல்லை. அதற்கான முயற்சிகூடக் காணோம். இப்படிச் சொல்லலாம். 'பிரிவினை கோருதல்' இப்படிப்பட்ட இழப்பில்தான் முடியும் என்னும் எதிர்மறை நியாயத்தை ஷண்முகசுந்தரம் வலியுறுத்துகிறார். அவ்வாறான வாய்ப்பையும் அவர் வைக்கவில்லை. நாகம்மாளின் பக்கம் இருக்கும் நியாயங்களைக் காட்டாமல் இருந்திருந்தால் அதற்கான வாய்ப்பு இருப்பதாகச் சொல்லலாம்.

பிரிவினை கோருவதற்கான எல்லாவிதக் காரணங்களும் நாகம்மாளுக்கு இருக்கின்றன. கொழுந்தன் தன் மாமியார் வீட்டுக்குப் போய்விடத்திட்டம் போடுகிறான். நாகம்மாளுக்கென்று எதையும் கொடுக்கப்போவதில்லை அவன். அது விரைந்து நடைபெறுவதற்கான எல்லாச் சூழல்களும் அவள் மாமியார் வீட்டில் நடந்தேறிவிட்டன. இத்தனைக்கும் சொத்து முழுவதும் நாகம்மாளின் கணவன் ஈட்டியது. ஆனால், அவளுக்கு உரிமை இல்லை. அத்தோடு குழந்தையையும் பிரிக்க முயல்கிறார்கள். ஆக, நாகம்மாள் தனக்குரிய பங்கைக் கேட்க முழு உரிமையையும் பெற்றவள்; நியாயம் தன் பக்கம் இருக்கும்போது, விளைவுகளைப் பற்றிக் கவலைப்பட வேண்டியதில்லை அவள்.

பிரிவினைக்கு எதிராக வேறு என்ன கருத்தை வலியுறுத்த விரும்புகிறார்? நாவலின் களத்தில் அவர் எதையும் வலியுறுத்த முயல்வதில்லை என்பதே உண்மை. அதற்கான வாய்ப்புக்கள் நிறையவே நாவலில் உள்ளன. நாகம்மாளும் சின்னப்பனும் ஒன்றிணைந்து கெட்டியப்பனை எதிர்ப்பதாகவோ, நாகம்மாள் மனந்திருந்தி மன்னிப்புக் கேட்பதாகவோ அவர் எழுதியிருக்கலாம். அவ்வாறெல்லாம் முடிந்திருக்குமானால், ஒரு பிரச்சாரகனின் வேலையை அவர் செய்திருப்பதாகத்தான் ஆகுமே ஒழிய, கலைஞனின் வேலையை அல்ல. பிரச்சாரகன் தன் கருத்துகளுக்கு ஏற்ப எல்லாவற்றையும் வளைத்துக் கொள்கிறவன்; கலைஞன் தன்னை மீறிய வாழ்வின் போக்கோடு தன்னை இணைத்துக் கொள்கிறவன். நாகம்மாளில் ஒரு கலைஞனாகத் தன்னை நிலைநிறுத்திக் கொண்டிருக்கிறார் ஷண்முகசுந்தரம்.

நாகம்மாளிலேயே தன் கருத்தைச் சொல்வதற்கான வாய்ப்பொன்றையும் ஒரு பாத்திரத்தின் மூலமாக வைத்துள்ளார் ஷண்முகசுந்தரம். மணியக்காரக் கவுண்டனின் பெரியப்பாவான அவர், இந்தப் பிரிவினைச் சதியைக் கேட்டுத் தாளாமல் அறிவுரை கூறி வருகின்றார். மனித வாழ்வின் நிலையாமையை எடுத்துக்கூறும் அவர், அகிம்சை, பொதுச்சேவை இவற்றிற்கு அழுத்தம் கொடுக்கிறார்.

கேளடா ராஜா, மலைபோல மண்டிக்கிடந்த கள்ளிகளெல்லாம் மாயமாய் மறஞ்சுது பாத்தாயா? நாம் எத்தனைதான் கத்தியாலும் அரிவாளினாலும் வெட்டித்தள்ளியும், வெட்ட வெட்டக் கொழுத்தது. எப்படிப் பூண்டத்து போச்சுது பாத்தாயா? கள்ளியை நாசம் பண்ணின வெள்ளைப் பூச்சியையும் பார்த்திருப்பாய். அது கடுகிலும் சின்னஞ்சிறுசாத்தானே இருந்தது. நம்முடைய கத்தியும் கவையும் முடிக்க முடியாத வேலையை வெகு சுளுவில் அப்பூச்சி முடித்து விட்டது. என்ன கெட்டியப்பா, இன்னைக்கு ஒரு ஆனையைக் கூடத் தூக்கியடிக்கலாமென்று உனக்குத் தோணுது. மீசையை முறுக்கி விடறாய், கையைக் காலைத் தட்டறாய், வாய்ப் பேச்சு வாயிலிருக்க, கைவைக்க ஆரம்பிக்கிறாய். ஆனா இந்த நல்ல ரத்தம் நொடியிலே மறஞ்சிடுமப்பா.

. . . .

...ஏண்டா கெட்டுப் போகிறோம். உண்டு உடுத்தியா கெடறோம்? சீர் சிறப்பிலா நாசம் செய்றோம்? இன்னொருத்தனுக்கு உபகாரம் செய்தா கெட்டுப்போறோம்?

இதையெல்லாம் கொஞ்சம் யோசித்துப் பாரு.

அடே அப்பா, ஊருக்கு மேக்காலே இட்டேறி எப்படி அசிங்கியமா ஆபாசமா இருக்குது பாத்தாயா? அதுவும் இந்த மழைக்காலத்திலே ஒரே துர்நாத்தம். மூக்கைப் பிச்சுக்கிட்டுப் போற மாதிரி வீசுலே! அதைச் சுத்தம் பண்ண ஒரு பிள்ளை பிறக்கலயே! இன்னும் கேளு, ஊர்ச் சாவடி கட்டிடம் கல்லுகள் பெயர்ந்து ஆட்டம் கொடுத்துட்டதே; அதை எடுத்துக்கட்ட எவனாவது முன்னுக்கு வர்றானா? இல்லவே இல்லை; பின்னே என்ன? எல்லாம் ஒரே கோள், குண்டுமணி, கட்சி இவைகள்தான்.

இந்தக் கட்சியோட தாண்டா நம்மவர்கள் அழிந்து போனது. கச்சேரிக்கும் ஊட்டுக்கும் ஊட்டுக்கும் கச்சேரிக்கும் நடந்தபடியிருந்தா கட்சிச் சங்கதி என்ன ஆகுமென்று பாருங்கடா (ப.79-81).

என வரும் நீண்ட அறிவுரை ஷண்முகசுந்தரத்தின் குரல்தான். வாழ்வின் நிலையாமை பற்றியும், பொதுச்சேவை பற்றியும், கட்சி கட்டுவது குறித்தும் விரிவாகப் பேசுவதற்கான ஒரு வாய்ப்பாகவே இந்தப் பெரியவரைப் பயன்படுத்திக் கொண்டிருக்கிறார். ஆனால், ஒலிப்பது ஷண்முகசுந்தரத்தின் குரல்தான். 'ஆபாசம்', 'துர்நாத்தம்', 'கோள்' போன்ற சொற்களை அறியாதவர் அந்தப் பெரியவர். இத்தனை விரிவாகப் பேசத் தனக்கு வாய்ப்பை ஏற்படுத்திக் கொண்டாலும், நிகழ்வின் போக்கில் அதற்கு என்ன மரியாதை இருக்கும் என்பதைப் புரிந்துகொண்டிருக்கிறார் ஷண்முகசுந்தரம். தீவிரக் குரல் அழுத்தத்தில் பேசிய அவர் பேச்சுக்கு என்ன எதிர்வினை? ஒரே ஒரு கிண்டலில் எல்லாம் அடிபட்டுப் போகிறது.

> "என்னுங்க மாமா இனியொன்னும் பாக்க யில்லீங்களா?" என்றான் கெட்டியப்பன். மற்றிருவரும் தாங்காது சிரித்து விட்டனர் *(ப.81)*.

கெட்ட செயலோ நல்ல செயலோ அதன் தீவிரத்தின் உச்சத்தில் நிற்கும்போது இதுபோன்ற அறிவுரைகளுக்கும் நேரும் பரிதாபத்தைச் ஷண்முகசுந்தரம் உணர்ந்திருப்பதாலேயே, ஒரே ஒரு வரியில் அதைத் தானே தூக்கியெறிந்துவிட்டுக் கதைப் போக்கில் கலந்து விடுகிறார். சொல்ல வேண்டியதைச் சொல்லிவிட்ட ஒரு மனநிறைவு அவ்வளவே. அவருடைய பேச்சை அவருடைய பாத்திரங்கள் கேட்டுத்தான் ஆக வேண்டும் என வற்புறுத்துகிற குணம் அவரிடம் இல்லை.

ஒரு படைப்பாளன் தன் கருத்தை நேரடியாக, பாத்திரங் களை வளைத்துத்தான் வெளிப்படுத்த வேண்டும் என்பதில்லை. அதற்கு எத்தனையோ வழிமுறைகள் உள்ளன.

> . . . (பசுங்) கன்று நாலுகால் பாய்ச்சலில் சென்று அடிமடியை நாலு மோது மோதி முலையில் வாயை வைத்துச் சப்பியது. அருகே, எங்கோ சென்று கொண்டிருந்த எருமை ஒன்று இந்தக் காட்சியை இமை கொட்டாமல் பார்த்துக்கொண்டு நின்றது. எருமையையும் பசுவையும் சின்னப்பன் மாறி மாறிப் பார்த்தான். ஒரு வேளை அந்த வெள்ளைக்கும் கருப்புக்கும் உள்ள ஒற்றுமையைப் போலத்தான் குடும்பத்திலும் தற்போது ஒற்றுமை இருக்கிறதென நினைத்தானோ என்னவோ! *(ப.41,42)*

இந்தச் சிறுகாட்சியில் ஆசிரியரின் கருத்து துலக்கம் பெற்றுவிட்டது. வெள்ளை – இந்து; கருப்பு – முஸ்லீம்; பசு – இந்து; எருமை – முஸ்லீம். இது நாட்டுப் பிரிவினை தொடர்பானது. நாட்டில் நடக்கும் இந்தப் பிரிவினை போன்றேதான் குடும்பத்திலும் நடக்கிறது என்கிறார் ஆசிரியர். ஆசிரியரின் நோக்கம் இங்கு

மறைபொருளாக வெளிப்பட்டு நிற்கிறது. ஆனால், இது ஒன்றும் கதையைத் திசை திருப்புவதாகவோ ஆசிரியரின் நோக்கத்திற்கேற்ப வளைப்பதாகவோ இல்லை.

இவ்வாறு ஷண்முகசுந்தரத்தின் முதல் நாவலான நாகம்மாள் உருவாகப் 'பிரிவினை' என்னும் கருத்து காரணமாக இருந்தபோதும், ஆசிரியரின் குறுக்கீடு நிகழாத காரணத்தால் தன்னியலாக ஒரு முழுமையான படைப்பாக முற்றுப் பெற்றுள்ளது. அவருடைய வெற்றிகளில் தலையாய இடத்தை நாகம்மாள் பெற்றுள்ளதற்கும் இதுவே முக்கியக் காரணம் எனலாம்.

நாகம்மாளை (1942) அடுத்து, பூவும் பிஞ்சும், பனித்துளி ஆகிய நாவல்கள் அடுத்தடுத்து (1944,1945) வெளியாயின. நாகம்மாளில் இருந்த அதே தரத்தை இந்த நாவல்களில் எட்டியுள்ளாரா என்பதும் அவருடைய கோட்பாட்டுப் பின்னணியான காந்தியம் இந்த நாவல்களில் என்னவிதமாய்ச் செயல்பட்டிருக்கிறது என்பதையும் காணும்போது ஷண்முகசுந்தரத்தின் சரிவை உணரும் சோகத்திற்கு ஆளாக வேண்டியுள்ளது.

நாகம்மாள் எப்படி நாட்டுப் பிரிவினையின் அடிப்படையில் உருவானதோ, அதே போன்ற காரணமே பூவும் பிஞ்சும் உருவாகவும் அடிப்படையாகி உள்ளது. அதனை ஆசிரியர் வெளிப்படையாகக் கூறவில்லை என்றாலும் நாவலின் இறுதிப் பகுதியில் அதனை உணரமுடிகிறது.

'நாம் ஒற்றுமையுடன் இருந்தால் அயலான் நம்மை ஒன்றும் செய்துவிட முடியாது' (பூவும் பிஞ்சும், ப.139)

என்னும் கருத்தினடிப்படையில் தோன்றியதே இந்நாவல். இதன் கதை நாகம்மாளில் இருந்து வேறுபட்டது. கீரனூர் வறட்சிப் பகுதி. அப்பகுதி மக்களுக்குக் கடன்கொடுத்து நிலத்தைப் பிடுங்கிக் கொள்பவர் வீரப்ப செட்டியார். தனக்குச் சாதகமாக உள்ளூர் ஆட்களையே பயன்படுத்திக் கொள்வார் அவர். மணியக்காரர் அவருக்கு உதவி செய்கிறார். ஊரில் பெரும் பகுதி நிலம் அவர் வசமானபின் மணியக்காரரின் நிலத்திற்கு அடிப்போடுகிறார். இப்படிப் போகிறது கதை. இந்நாவல் விடுதலைக்கு முன்பு எழுதப்பட்டது என்பதைக் கவனிக்க வேண்டும். அதனால்தான் நம் ஒற்றுமையை அயலானுக்கு எதிராக வலியுறுத்துகிறார். நாவல் நேரடியாக நாடு அடிமைப்பட்டிருப்பதை, வெள்ளையன் ஆதிக்கத்தைக் குறித்துப் பேசவில்லை. ஆயினும், மிக எளிதாக உணர்ந்துகொள்ள முடிகிறது.

கீரனூர் – நம்நாடு; மணியக்காரர் – நம்மைச் சேர்ந்த துரோகி; ராமசாமிக் கவுண்டர் மக்களுக்காக நிற்பவர்; வீரப்ப செட்டியார் அயலான்; வெள்ளையன்.

வெள்ளையர்கள் நம் நாட்டைப் பிடிப்பதற்குச் செய்த சூழ்ச்சி 'பிரித்தாளும் முறை.' நாவலில் வீரப்ப செட்டியார் கையாள்வதும் அதேதான். யார் உதவிசெய்தார்களோ அவர்கள் தலையிலேயே கடைசியாய்க் கைவைப்பது வெள்ளையனின் வழக்கம். வீரப்ப செட்டியார் செய்வதும் அதேதான். வீரப்ப செட்டியாருக்கு எதிராக மக்களின் ஒற்றுமையை வலியுறுத்துவதாகவே உள்ளது.

நாகம்மாளைப் போலவே விடுதலைப் போராட்ட காலத்தை, அப்போதைய நாட்டுச் சிக்கலை ஓர் ஊரில் வைத்துக் காண்பதாகப் 'பூவும் பிஞ்சும்' உள்ளது. ஆனால் நாகம்மாளில் கண்ட ஷண்முகசுந்தரத்திற்கும் இதில் காணும் ஆசிரியருக்கும் பெருத்த வேறுபாடு உள்ளது. அதில் கொள்கைச் சார்பு ஆசிரியரின் பிடிக்குள் இருக்கிறது. இதில் ஆசிரியர் கொள்கையின் பிடிக்குள் சிக்கிக் கொள்கிறார். நாகம்மாளில் அவர் சொல்ல வந்த கருத்து எங்குமே சொற்களாக இடம் பெற்று இருக்காது. பூவும் பிஞ்சும் நாவலின் இறுதியில் தன் கருத்தைத் தொகுப்பாக எடுத்துச் சொல்கிறார். பாத்திரங்களையும் நிகழ்ச்சிகளையும் அவற்றின் போக்கில் விட்டிருந்த நாகம்மாள் ஆசிரியர், இதில் தனக்கேற்பப் பாத்திரங்களை வளைக்கிறார். ஊராரின் நிலங்களை எல்லாம் மணியக்காரர் உதவியுடன் பிடுங்கிக்கொண்ட வீரப்ப செட்டியார், இறுதியாக மணியக்காரரின் நிலத்தையே ஏலத்துக்குக் கொண்டு வந்து விடுகிறார். இது நாவலின் உச்ச கட்டம். மணியக்காரர் செய்வதறியாது தவிக்கிறார். அவருடைய எதிராளிகள் கொண்டாட்டத்தோடு இருக்கின்றனர். மறுநாள் 'பூமி சுவாதீனம்'; இது மோதலுக்கான ஒரு கட்டம். ஆசிரியரே சொல்வது போல, 'பூமி சுவாதீனம்' என்பது மிகச் சாதாரணமாக நடந்து விடுகிற ஒன்றல்ல; குத்து, வெட்டு, கொலை என்று முடியக்கூடியது. காங்கேய நாட்டில் இது சர்வ சாதாரணம். நிலத்திற்கு உரிமையாளன் சுவாதீனத்திற்கு விடமாட்டான். ஏலம் எடுத்தவனோ அவனை வெளியேற்றப் பார்ப்பான். இரு தரப்பு ஆட்களும் மோதிக் கொள்வார்கள்; இது வாடிக்கை. மணியக்காரர் மோதலுக்குத் தயாராக வேண்டும்; இல்லையென்றால் வேறு ஏதாவது முடிவு எடுத்தாக வேண்டும்.

இவ்வாறான ஒரு கட்டத்தை ஆசிரியர் எப்படிக் கையாண்டுள்ளார் என்பதைப் 'பூவும் பிஞ்சும்' நாவலுக்கு முன் அவர் எழுதிய 'ஓட்டமும் ஓய்வும்' என்னும் சிறுகதையோடு ஒப்பிட்டுப் பார்க்கலாம். அந்தச் சிறுகதையின் விரிவுதான் 'பூவும் பிஞ்சும்' நாவல் என்றே சொல்லலாம். சிறுகதையாக வடிவம் பெறாமல், அது நாவலின் சுருக்கமாக அமைந்திருக்கிறது. முதலில் எழுதப்பட்டது சிறுகதைதான். வீரப்ப செட்டியாருக்குப் பதிலாகக் கந்தப்ப செட்டியார். மணியக்காரர், ராமசாமிக் கவுண்டர் எல்லோரும் அதே பாத்திரங்கள். செட்டியாரோடு சேர்ந்து

ஊராரின் நிலங்களை எல்லாம் பிடுங்க உதவிய மணியக்காரரின் நிலம் ஏலத்திற்கு வருகிறது. அவருக்கு எதிராளியாக இயங்கும் ராமசாமிக் கவுண்டரே ஏலத்தில் எடுத்துக்கொள்ளத் துடித்துக்கொண்டிருக்கிறார். இந்தக் கட்டத்தில் மணியக்காரர் என்ன செய்வார்?

> மறுநாள் பொழுது புலர்ந்தது. அன்று என்றுமில்லாதவாறு சூரியன் பிரகாசித்தான். பக்‌ஷிகள் அழகாகப் பாடின. மணியாரர் பிரேதமும் காலைக் காற்றிலே வேப்ப மரத்தின் கீழ் கயிறுடன் ஆடி அசைந்தது (மனமயக்கம், ப.78).

இது அந்தப் பாத்திரம் தானாகத் தேடிக் கொள்ளும் முடிவு. மானம் போகும் முன் உயிரைப் போக்கிக் கொள்ளுதல் கொங்கு வட்டார மக்களின் பண்பு நலன்களில் ஒன்று. அதனை இச்சிறுகதையின் முடிவு காட்டுகிறது. ஆனால் இதுவே நாவலாகும்போது மோதல் கட்டத்தில் ஆசிரியரின் கொள்கைச் சார்பு முன் வந்து விடுகிறது. காந்தியத்தின் முக்கிய பண்பான அகிம்சை, எதனையும் பேச்சுவார்த்தை மூலம் தீர்த்துக் கொள்ளுதல் ஆகியவற்றைக் கொண்டு பாத்திரங்களைத் தனக்கேற்பத் திசை திருப்பி விடுகிறார்.

வெளியூரில் படித்துவிட்டு வந்த ராமசாமிக் கவுண்டரின் மகன் மாரியப்பன். அவன் இந்த மக்களின் அறியாமையைக் கண்டு கோபம் கொள்கிறான். இந்தச் சிக்கல்களை எல்லாம் மக்கள் ஒன்று சேர்ந்தால் தீர்க்க முடியாதா என்று சிந்திக்கிறான்.

> இப்படி ஒண்ணும் தெரியாத சனங்களுக்கு ஏதாச்சும் சொல்லிச் சீர்திருத்தம் பண்ணப்படாதா? வாயில்லாப் பூச்சிகளை சும்மா உட்டுட்டுப் போனா, மண்ணோடு மண்ணா இதுகள் மடிஞ்சிதானே போகும்? (பூவும் பிஞ்சும், ப.74)

என்று செல்லாயா கேட்பதற்கிணங்க, மக்களைச் சீர்திருத்தப் புறப்படுகின்றான். விடுதலைப் போராட்டத்தோடு ஒப்பிட்டுப் பார்த்தால் வெள்ளையருக்கு எதிராகப் பிளவுபட்டுக் கிடக்கும் மக்களை ஒன்று சேர்க்க முயன்ற காந்தியைப் போல மாரியப்பன். மக்கள் தங்களுக்குள் பிளவுபட்டுக்கிடக்கிறார்கள். மணியக்காரரின் நிலையைக் கண்டு எதிராளிகள் குதூகலிக்கிறார்கள். அவனுக்கு வேண்டும் என்கிறார்கள். ஆனால் நன்மை செட்டியாருக்குத்தான் என்பதை அவர்கள் புரிந்து கொள்ளவில்லை. இந்தக் கட்டத்தில் மணியக்காரர் தற்கொலை செய்து கொள்ளவில்லை. அந்த எண்ணம் வருகிறது. ஆனால் மகளை நினைத்துத் தற்கொலை செய்யும் எண்ணத்தை மாற்றிக்கொள்கிறார். வேறு என்ன செய்வதென்கிற குழப்பம். இச்சமயத்தில் மாரியப்பன் வருகிறான்.

மணியக்காரரோடு மனம் விட்டுப் பேசுகிறான். அவரும் இவ்வளவு காலம் தான் செய்ததெல்லாம் தப்பு என்று உணர்கிறார். வீரப்ப செட்டியாருக்கு எதிராகத் தம் ஊர் மக்களோடு இணைந்து கொள்ள விரும்புகிறார். மாரியப்பன் மணியக்காரர் வீட்டிற்குப் போனதைக் கண்டு கொதித்துக் கொண்டிருக்கிறது ராமசாமிக் கவுண்டர் கூட்டம். மாரியப்பனைக் கண்டதும் கோபப்பட்டுப் பேசும் தந்தையிடம் அவன் அமைதியாக,

> மணியாரர் சொன்னாருங்க. இன்னைக்குச் செத்தா நாளைக்கு மூணுநாள். நம்ம ராமசாமி மனசிலொண்ணு சொல்லிலே ஒண்ணு வெச்சுக்கறவனல்ல. என்னமோ கெட்ட காலம் இப்பவாச்சும் சாளேசுரம் நீங்கிச்சு. நீதானப்பா வெளிச்சம் குடுத்தெ. தம்பி இதெல்லாம் உங்க அப்பாகிட்ட சொல்லாட்டி என் மண்டை வெடிச்சுப் போகும் இண்ணு சொல்லி அவர் அங்கலாச்சார். இப்ப வந்தாலும் வருவார். போனதைப் பேசறதிலே என்னுங்க ஐயா இருக்கு? நேத்து அறுத்த காயி இன்னெக்கு வாடித்தாணுங்க போகும் (ப.138).

எனப் பேசுகிறான்.

இவ்வாறு அவன் பேசியதும் ராமசாமிக் கவுண்டரும் மற்றவர்களும் மனம் திருந்தி விடுகிறார்கள். மணியக்காரரைக் காணப் புறப்படுகிறார்கள். மணியக்காரரும் இவர்களைக் காணப் பாதிவழியிலேயே வந்து கொண்டிருக்கிறார். இரு சாராரும் சந்தித்ததும் சிக்கல்கள் தீர்ந்து விடுகின்றன.

> கூட்டத்தில் எதைப்பற்றியும் பேசாவிட்டாலும் எல்லாமே பேசித் தீர்ந்துவிட்ட மாதிரி இருந்தது. "நாம் ஒற்றுமையுடன் இருந்தால் அயலான் நம்மை ஒன்றும் செய்துவிட முடியாது" என்று அனைவர் முகத்திலும் எழுதி ஒட்டியிருப்பது போல் இருந்தது. மணியக்காரரும் ராமசாமிக் கவுண்டரும் பக்கம் பக்கமாக உட்கார்ந்திருந்தார்கள். அவர்களுக்குள் இருந்த கசப்பு எல்லாம் நீங்கிவிட்டது (ப.139).

என்று அந்தச் சூழலை வருணிக்கிறார் ஆசிரியர். பாத்திரங்களைத் தன்னியல்பாக இயங்கவிடாமல், தன் கொள்கைக்கேற்ப அவற்றை நடத்திச்செல்வதை இந்நாவல் காட்டுகிறது. வெள்ளையருக்கு எதிராக மக்கள் ஒன்றிணைய வேண்டும் என்கிற கருத்துக்கேற்ப எல்லோரும் ஒன்று சேரும் செயற்கையான முடிவைக் கொடுக்கிறார். அவருடைய விருப்பம் பாத்திரங்களைத் தம் போக்கில் போகவிடாமல் செய்கிறது. சிறுகதையின் முடிவே இயல்பானது; அது நாவலாக மாறும்போது பிரச்சாரத் தன்மை கொண்டதாக மாறிவிட்டது. நாகம்மாள் எழுதிய இரண்டு ஆண்டுகளில் அவரிடம் ஏற்பட்ட இந்த மாற்றம் வியப்பிற்குரியது.

பூவும் பிஞ்சும் நாவலை அடுத்து வந்த நாவல் 'பனித்துளி.' இதிலும் நாகம்மாள் ஆசிரியரைக் காணமுடிவதில்லை; பூவும் பிஞ்சும் ஷண்முகசுந்தரம்தான் தெரிகிறார். பரம்பரைக் கவுண்டராக இருக்கும் ராமசாமிக் கவுண்டருக்கும் குடியானவனாக இருந்து கவுண்டராக மாறிய கருப்பண்ண கவுண்டருக்கும் இடையே நடக்கும் மோதல்தான் கதையின் களம். இதிலும் பூமி சுவாதீனப் பிரச்சினைதான் முக்கியத்துவம் பெறுகிறது. பரம்பரைக் கவுண்டருக்குக் கிடைக்கும் மதிப்பும் மரியாதையும் குடியானவனாக இருந்து கவுண்டராக மாறியவருக்குக் கிடைப்பதில்லை. இதனால் ஏற்படும் மதிப்பு தொடர்பான சிக்கல் பூமி சுவாதீனத்தில் பெரும் மோதலை உண்டாக்கும் நிலைக்குப் போகிறது. இங்கும் மோதலைத் தவிர்க்க ஆசிரியர் கையாளும் வழிமுறை அவர் சார்ந்திருக்கும் காந்தியத்தின்பாற்பட்டதாகும். நேரடிப் பேச்சுவார்த்தை மூலம் எதையும் தீர்த்துக்கொள்ள முடியும் என்கிற கருத்தை முன்வைத்துப் பாத்திரங்களின் மோதலைத் தவிர்த்து விடுகிறார்.

அதற்கு உதவும் பாத்திரங்களாக மாரியப்பன், மணியக்காரர், பவளாக் கவுண்டர் ஆகியோர் வருகின்றனர். ஒரு வகையில் பூவும் பிஞ்சும் நாவலின் தொடர்ச்சி என்று இதனைக் கூறலாம். அதில் வரும் பாத்திரங்கள் அனைத்தும் இதிலும் வருகின்றன. அதே வகையான பண்புநலன்களைப் பெற்றிருக்கின்றன. காந்தியக் குணங்களான பொறுமை, அகிம்சை, பேச்சு வார்த்தை, மதுவிலக்கு போன்ற தன்மைகளைக் கொண்ட பாத்திரங்கள் காணப்படுகின்றன.

ஒரு மனிதனுக்குத் தான் செய்த காரியம் தப்பு என்று படும்போது அவன் நடத்தையிலும் மாறுதல் ஏற்படுவது சகஜம்... (பனித்துளி, ப.97)

என்ற கருத்தை அடிப்படையாகக் கொண்டது இந்நாவல். தப்புச் செய்தவனுக்கு அதை உணர்த்துவது என்கிற நோக்கில் பாத்திரங்களை வளர்த்துச் செல்கிறார்.

ஆசிரியன் தான் கொண்டிருக்கும் கோட்பாட்டை வலியுறுத்த முனைகையில் எதார்த்தச் சிதைவு நேரிடுகிறது. கோட்பாட்டிற்கேற்பப் பாத்திரங்களை வளைக்கிறான். அவற்றின் இயக்கத்தைக் கட்டுப்படுத்தித் திசை மாற்றுகிறான். பாத்திரக் குரலில் ஆசிரியன் பேசுகிறான். பிடித்து வைத்த மாதிரிகளாக மேடும் பள்ளமும் அற்றுப் பாத்திரங்கள் உருவாகின்றன. அவன் கோட்பாட்டை நோக்கி முடிவு நகர்கிறது. சிக்கல்களுக்கான தீர்வு மோதல்களற்று, நேர்கோட்டில் கோட்பாட்டை நோக்கிச் செல்கிறது. எல்லாவற்றிற்கும் ஒரே வகையான முடிவுகளைப் பொருத்துகிறான். அது அவனுக்கே எதிரான விளைவுகளை

ஏற்படுத்துகிறது. முடிவுகளின் மீது சலிப்பும், திரும்பத் திரும்ப ஒரே குரலைக் கேட்கையில் வெறுப்பும் உண்டாகின்றன. வாழ்க்கையில் எந்தக் கேட்பாடும் சலனங்களற்று நடைமுறைக்குப் போவதில்லை. அதன் மீதான மனிதர்களின் எதிர்வினை வெறியோடு நிகழக் கூடியது. கோட்பாடுகளை வைத்துக்கொண்டு பிரச்சாரம் செய்ய வருகிற எழுத்தாளன் கண்ணனுக்கு அவையெல்லாம் படுவதில்லை. நடைமுறையில் தன் கோட்பாட்டை ஒருவனை ஏற்றுக்கொள்ள வைக்க முடிவதில் உள்ள சிரமங்களை அறிகிறவன், பாத்திரங்களை மிகச் சாதாரணமாக வளைத்து விடுகிறான்.

ஷண்முகசுந்தரத்தின் மேற்கண்ட நாவல்களில் இந்தத் தன்மையைக் காண முடிகிறது. பல இடங்களில் பாத்திரங்களை அவற்றின் போக்கில் விட்டு விடுகிறார்; பின் தனக்கேற்ப வளைத்துக்கொண்டு வருவதற்குப் படாதபாடு படுகிறார்; பெரிய அணைக்கட்டுகளைக் கட்டித் திருப்புகிறார்; நதியின் ஓட்டத்தில் போகிற வாசகன் அணைக்கட்டுகளைத் தாண்ட முடியாமல் தடுக்கி விழுகிறான். காந்தியத்தின் நடைமுறைச் சிக்கல்களை உணர்ந்திருந்த போதிலும், சில இடங்களில் அவற்றைக் காட்டியபோதும், அத்தகைய முடிவுகள் அவருக்கு விருப்பமானதாக, ஏற்றதாக, எளிமையானதாக இருக்கின்றன. அவசரத்திற்குக் கடையில் கிடைக்கும் சாதாரண மாத்திரை ஒன்றைப்போல, உடனே கைவசம் இருக்கும் முடிவைப் பொருத்திவிடுகின்றார்.

அவருடைய இரண்டாம் கட்ட நாவல்களில் இதனை இன்னும் விளக்கமாகக் காண முடியும். 1945இல் பனித்துளி வெளிவந்த பின்னர் 1960இல் தான் அறுவடை வெளிவந்துள்ளது. 1960க்குப் பின் வெளிவந்த நாவல்களை இரண்டாம் கட்ட நாவல்களாகச் சொல்லலாம். முதல் கட்டத்தில் நாகம்மாள் அமைந்ததைப் போல, இதில் அறுவடை. நாகம்மாள் அளவுக்கு விரிந்த பரப்பையும் பன்முகப் பார்வையையும் கொண்டதில்லை என்றாலும் அறுவடை தானாக இயங்கித் தன்னியலான முடிவைப் பெறுகின்றது. அந்த வகையில் நாகம்மாளுக்கு அடுத்து இதையே ஷண்முகசுந்தரத்தின் குறிப்பிடத்தக்க நாவலாகக் கொள்ளலாம்.

அறுவடையை அடுத்துப், 'புதுப்புனல்' என்னும் அவருடைய நாடகம் வெளிவந்துள்ளது. இதனைப் பூவும் பிஞ்சும், பனித்துளி ஆகியவற்றின் பரிணாம வளர்ச்சியாகச் சொல்லலாம். குறிப்பாகப் பூவும் பிஞ்சும் எழுதிய காலத்துச் சூழல் இப்போது இல்லை. அது விடுதலைப் போராட்டக் காலம். விடுதலை பெற்ற பின்னான காலம் புதுப்புனலில். ஆகவே அதற்கேற்ற மாற்றங்களைச் செய்திருக்கிறார். இப்போது வீரப்ப செட்டியார் மக்களை

ஏமாற்றிக் கொள்ளையடிக்கும் சுரண்டல்காரரின் பிரதிநிதியாக வருகிறார்; சுரண்டப்படுகிறவர்களாக மக்கள். சுரண்டலுக்கான தீர்வை நோக்கிக் கதையைச் செலுத்த வேண்டிய கட்டாயத்தில் இருக்கிறார் ஆசிரியர். இறுதியில் மணியக்காரரின் நிலமும் ஏலத்திற்கு வருகிற சமயம். வினோபாவின் பூதான இயக்கத்தினர் அந்த ஊருக்கு வருகின்றனர்; எல்லோரிடமும் பேசுகின்றனர். உடனே எல்லோரும் மனம் மாறிவிடுகின்றனர். வீரப்ப செட்டியாரும் மனம் திருந்தி விடுகிறார். எல்லோரும் கூட்டுப்பண்ணை அமைத்து ஒற்றுமையாக வாழ முடிவு செய்கின்றனர். கூட்டுப்பண்ணைக் கணக்குப் பிள்ளையாக வீரப்ப செட்டியார் இருப்பதாகச் சொல்கிறார். பூவும் பிஞ்சும், பனித்துளி ஆகியவற்றின் முடிவுகளைவிட இதில் மிகச் செயற்கையான முடிவு. சிரமப்படாமல் ஒரு முடிவு எடுத்துப் பொருத்திச் சிக்கலுக்குத் தீர்வு சொல்லிவிடுகிறார். இன்னும் சொல்லப்போனால், பொதுவுடைமை இயக்கங்களுக்கு எதிராகக் காந்திய வழியை முன்மொழிவதை இந்நாடகத்தில் காணலாம். பொதுவுடைமை இயக்கங்கள் சொல்கின்ற சொத்துடைமையை ஒழித்தல், கூட்டுப்பண்ணை வாழ்க்கை போன்றவற்றைக் காந்தியத்தின் அமைதி வழிமுறை மூலமாகவே கொண்டுவர முடியும் என்கிறார்.

> வெள்ளைக்காரனைக் கூட ஒழிக்க முடியாது என்றுதான் சொல்லிக் கொண்டிருந்தார்கள். சமஸ்தானங்களும் ஜமீன்களும் இப்போது இருக்கிறதா? சொத்துரிமையும் ஒழிந்தே தீரும். அதற்காக ரத்தப் புரட்சி ஏற்படுமுன் சாத்வீகமான வழிகளில் தீர்க்கவே நாங்கள் முயற்சிக்கிறோம் (புதுப்புனல், ப.99).

என்று பூதான இயக்கத் தலைவர் விளக்குகிறார்.

> நிலங்களை எல்லாம் ஒன்றாக்கிக் கூட்டுப்பண்ணை அமைத்து விவசாயம் செய்வோம் (ப.100).

என்னும் முழக்கத்துடன் நாடகம் முடிகிறது. பூவும் பிஞ்சும் நாவலின் நீர்த்துப்போன வடிவமே இந்நாடகம் என்பதைத் தவிர ஒன்றுமில்லை.

1960க்குப் பிறகு அவர் எழுதிய நாவல்களில், இதுவரை விளக்கப்பட்ட மூன்று தன்மைகளையும் காணலாம். பிரச்சாரத் தன்மையற்றவை, பாத்திரங்களை கருத்திற்கேற்ப வளைத்தவை, காந்தியத் தன்மை கொண்ட முடிவுகள் பொருத்தப்பட்டவை என அவற்றை வகைப்படுத்தலாம். 1969வரை அவர் எழுதிய நாவல்களில், சட்டி சுட்டது, தனிவழி, ஆசையும் நேசமும் ஆகிய மூன்றும் பிரச்சாரத்தன்மை அற்றவை. பெரும்பாலான

விமர்சகர்கள் நாகம்மாளை அடுத்து சட்டி சுட்டது நாவலையே ஷண்முகசுந்தரத்தின் சாதனையாகக் குறிப்பிடுகின்றனர். சட்டி சுட்டதுவில் சொல்லும் வாழ்க்கை, உத்திமுறை போன்றவை மிகச் சிறப்பாக அமைந்திருக்கின்றன. ஆனால் அதன் முதன்மைப் பாத்திரமான சாமியப்ப கவுண்டர் காந்திய நோக்கிலான பாத்திரமாகவே உருவாக்கப்பட்டுள்ளார். சாந்த குணம், பொருள் பற்றின்மை, பிறருக்கு உதவும் தன்மை என்று அவரது பாத்திரப் பண்பு நலன்களை வரிசைப்படுத்தலாம். சொத்தும் வசதியும் உள்ள 'பண்ணாடி' அவர். ஆனால் அவருக்கு வாய்த்த பிள்ளைகளோ அவர் சொற்படி நடப்பவர்களாகவோ, ஒழுக்கமானவர்களாகவோ இல்லை. தப்பிப் பிறந்த மகளும் இறுதியில் அவர் விருப்பப்படி நடப்பதில்லை. ஆனால், சாமியப்ப கவுண்டர் எந்த இடத்திலும் நிதானம் தவறுவதில்லை; கோபம் கொள்வதில்லை. மகள் வேலாத்தாள் அவர் செய்திருக்கும் திருமண ஏற்பாட்டை மறுத்துத் தனக்குப் பிடித்தமானவனைக் கட்டிக் கொள்வதாகச் சொல்கிறாள். அவருடைய எதிர் வினை,

> 'செரி ஆத்தா' என்றார் பண்ணாடி. அவர் நிதானத்தோடு சொன்னார். கண்கள் சாந்தமாயிருந்தன (சட்டி சுட்டதடா, ப.188).

என்பதாகவே அமைகிறது. இந்த நாவலின் தலைப்பே இதன் பொருளை உணர்த்தும்.

'பெத்த மனம் பித்து பிள்ளை மனம் கல்லு' என்பதுதான். இதனைச் சாமியப்ப கவுண்டரின் பாசத்தை விளக்குவதன் மூலமும் அதனைச் சிறிதும் பொருட்படுத்தாமல் தங்கள் போக்கில் செல்லும் அவரின் பையன்களின் ஒழுக்கக்கேடுகளை விவரிப்பதன் வழியாகவும் ஷண்முகசுந்தரம் வெளிப்படுத்த முயல்கிறார். ஆனால் இங்கே வேறொரு முக்கிய சிக்கல் அடித்தளமாக இருப்பதைக் காணலாம். மூத்த தலைமுறைக்கும் இளைய தலைமுறைக்குமான வேறுபாடு; அதன் காரணமாக ஏற்படும் மோதல். சாமியப்ப கவுண்டரின் தலைமுறை கொண்டிருந்த மதிப்பீடுகள் அவரது பையன்கள் காலத்தில் உடைகின்றன. பழைய தலைமுறை மாறிவிட்டது. அவருடைய பையன்கள் அவரோடு நெருங்கி இருந்தனர். அவரும் அப்படித்தான் வளர்த்தார். தலைமுறை இடைவெளி என்பதுதான் இந்நாவலின் அடித்தளம். ஆனால் ஷண்முகசுந்தரம் அதனைப் 'பாசம்' என்பதாகச் சுருக்கிக் காண்கிறார். அதனாலேயே இரு தலைமுறைக்கும் இடையே மோதல் வரவேண்டிய இடங்களிலெல்லாம் அதனைத் தவிர்த்து விடுகிறார். தந்தையின் பாசத்தைப் புரிந்துகொள்ளாமல் தீய வழியில் பையன்கள் போவதாகக் காண்கிறார். பீடி பிடிப்பது ஒழுக்கக் கேடானது என்பது சாமியப்ப கவுண்டரின் தலைமுறை

மதிப்பீடு. அவருடைய மகன்களுக்கு அது இயல்பான ஒன்று. இதுபோலச் சிறிய செய்திகளிலிருந்து பெரிய செயல்கள் வரைக்கும் இரு தலைமுறைக்கும் முரண்பாடுகள் உள்ளன. அச்சமயத்தில் இயல்பாக நிகழ்வது இரண்டுக்குமான மோதல். இறுதியில் ஏதோ ஒரு விதமாக இளைய தலைமுறையே வெற்றிபெறும்.

ஷண்முகசுந்தரம் அவ்வாறான மோதலையே விரும்புவதில்லை. மகள் வேலாத்தாளுக்கும் மாப்பிள்ளை பார்த்துக் கவுண்டர் முடிவு செய்து விட்டார். தை மாதத்தில் திருமணம் என்பதும் உறுதியாகிவிட்டது. இந்நிலையில் மகள் வேறொருவனை மணம் செய்துகொள்வதாகக் கூறுகிறாள். இந்த இடத்தில் கவுண்டருக்கு ஒரு சிறுகோபம் கூட வருவதில்லை. ராமனைப்போல அமைதி வடிவாகத் திகழ்கிறார். இளைய தலைமுறைக் கருத்துகளோடு மோத இயலாமல் அல்லது மோதிப் பயனில்லை என்பதை உணர்ந்து தணிந்து போவது வேறுவகை. இங்கே கவுண்டரின் பாத்திரம் அப்படியானதில்லை. தனது பக்க நியாயங்களுக்காக வாதாட வேண்டிய நிலையிலேயே உள்ளார். ஆனால் அது தவிர்க்கப்பட்டுக் கவுண்டரை முற்றும் துறந்தவரைப் போன்ற நிலையில் ஆசிரியர் வைக்கிறார். மேலும் சாமியப்ப கவுண்டர் காந்தியத்தின் 'தருமகர்த்தா' வழிமுறையின் வகை மாதிரிப் பாத்திரம்.

இந்நாவல் விடுதலைக்குப் பின்னான காலத்தில் நிகழ்வது. விடுதலைக்குப் பின் காந்தியவாதிகள், விடுதலைப் போராட்ட வீரர்களின் மனப்பாங்கு என்னவோ அதுவே ஷண்முகசுந்தரத்திடமும் செயல்படுகிறது. அவர்,

சுதந்திரத்திற்கு முன்பு செயல் இருந்தது! இன்று வெட்டிப் பேச்சுக்கள் மலிந்துவிட்டன (ப.188).

என எழுதுகிறார்.

நாவலில் வரும் குறிப்பிட்ட இடத்திற்கான வருணனை இது என்றாலும், இதுவேதான் இந்நாவலை இயக்கும் அடிநாதமாக விளங்குகிறது. பழைய தலைமுறையைச் சிலாகித்தும் புதிய தலைமுறை மீதான அவநம்பிக்கையை வெளிப்படுத்தும் வகையாகவும் ஆசிரியர் செயல்படுகிறார். அதற்குப் பாசம் ஒரு வழிமுறையாக அவருக்குக் கிடைத்திருக்கிறது. ஷண்முகசுந்தரம் காந்தியவாதியாக இருக்கின்ற காரணத்தால் செயல் இருந்த காலத்தைச் சார்ந்து நிற்கின்றார்.

இவ்வாறு ஷண்முகசுந்தரத்தின் சார்புக்கு ஏற்ப சாமிக்கவுண்டரின் பாத்திரம் உருவாக்கப்பட்டிருந்தபோதும், பூவும் பிஞ்சும், பனித்துளி ஆகிவற்றில் வரும் பாத்திர உருவாக்கத்திற்கும்

இதற்கும் குறிப்பிடத்தக்க வேறுபாடு ஒன்றினைக் காணலாம். இந்நாவல்களில் மணியக்காரர், ராமசாமிக்கவுண்டர், கருப்பண்ண கவுண்டர் போன்ற பாத்திரங்கள் மோதல் தன்மை கொண்டவையாகச் சித்திரிக்கப்படுகின்றன. மோதலுக்கான கட்டம் வரும்போது, ஷண்முகசுந்தரத்தின் கோட்பாடு மோதலை வலிந்து தவிர்த்து விடுகிறது. பாத்திரங்கள் அவற்றிற்கே உரிய குணநலன்களைப் பெறாமல் சிதைவுபடுகின்றன. ஆனால் சாமியப்ப கவுண்டரின் பாத்திரம் தொடக்கத்திலிருந்தே ஒரே மாதிரியாகச் சித்திரிக்கப்பட்டுள்ளது. பொறுமை, நிதானம், அமைதி ஆகியவை அப்பாத்திரத்தின் குணங்கள். காந்தியத் தாக்கம் பெற்ற பாத்திரம் என்பதை அறிந்துகொள்வதற்கு ஒரே ஒரு குறிப்பினை,

> பல ஆண்டுகளுக்கு முன் தம்முடைய பையன்களைப் படிக்க வைப்பதில் பயனில்லை என்று கருதி உள்ளம் மருகி அழைத்துச் சென்றாரே அன்றுதான் தியாகிகுமரன் அடிபட்ட திருநாள்! இரத்த வெள்ளத்தில் மூழ்கிக் கிடந்தான். ஊர் போகும்வரை அதைப் பற்றியே நினைத்துக் கொண்டிருந்தார். அவரால் அந்த நாளை மறக்கவே முடியாமல் போயிற்று. இன்று பல ஆண்டுகளுக்குப் பிறகு அந்தப் பெயரைக் கேட்டதும் (குமரன் தியேட்டர் என்ற பெயர்) அவர் கால்கள் ஏனோ எழுந்திருக்க மறுத்தன. படம் பார்க்கச் செல்ல வில்லை அவர் (ப.186, 187).

என்றவாறு காட்டுகின்றார் ஆசிரியர்.

தொடக்கத்திலிருந்தே பாத்திரத் தன்மை ஒரே மாதிரியாகக் கொண்டுவரப்படுவதால் அதில் உள்ளார்ந்து இயங்கும் ஷண்முகசுந்தரத்தின் சார்புத் தன்மையை மேலோட்டமான பார்வையில் உணர்ந்துகொள்ள இயலுவதில்லை. அதுவே 'சட்டி சுட்டது'வைக் குறிப்பிடத் தக்க ஒரு நாவலாகப் பலரும் ஏற்கக் காரணமாகும்.

இந்த இடத்தில் 'தனிவழி' நாவலைக் குறித்து எழுதுவது பொருந்தும். அதுவும் தலைமுறை இடைவெளி தொடர்பான சிக்கலின் அடிப்படையிலானதாகும். கோவையில் பெரும் வளர்ச்சி பெற்றுக் கொண்டிருந்த ஆலைத் தொழிலாளர்கள் சிக்கலை முதன்மையாகக் கொண்டிருந்தாலும், இரு தலைமுறைகளுக்கு இடையேயான சிக்கலில்தான் உழன்று செல்கிறது. வண்டிக்கார நாச்சப்பனுக்கும், அவன் மகன் கிட்டப்பனுக்கும் உள்ள உறவு கிராமத்தில் இருக்கும்வரை ஒரு மாதிரியாகவும் பின் நகரத்திற்குச் சென்ற பின் வேறு மாதிரியாகவும் மாறிவிடுவதை ஆசிரியர் மிகச் சிறப்பாகக் காட்டுகிறார்.

கிட்டப்பன் வெகு வேகமாக வாழ்க்கைக்குள் போய்க் கொண்டிருக்கிறான். அவனுக்கு ஏராளமான வாசல்கள் திறந்து விடப்படுகின்றன. அவற்றுக்குள் வெகு சாதாரணமாக நுழைந்து நுழைந்து வெளிவருகிறான். நாச்சப்பனுக்கோ அது பெரும் பிரமிப்பைக் கொடுப்பதாகவே இருக்கிறது. வியந்த மனநிலையிலேயே எல்லாவற்றையும் கவனித்துக் கொண்டிருக்கிறான். கிட்டப்பன் அவன் பார்வை வட்டத்தைத் தாண்டித் தன்னியலாக எங்கோ சென்றுவிட்டான். அவனோடு மோதுவதற்கு எந்த இடத்திலும் நாச்சப்பனால் முடிவதில்லை. கிட்டப்பனை வேலைக்குச் சேர்த்துவிட்ட மகனைக் கண்டிக்க முயல்கிறான் நாச்சப்பன்.

> 'ஏண்டா நீங்க ரண்டு பேரும் ஒரே சங்கத்துக்காரருக இல்லையா?'
>
> 'யாரப்பா சொன்னது? நா வேற! அவரு வேறே சங்கம்'.

நாச்சப்பனுக்கு அது நல்லதாகப் படவில்லை.

> 'எல்லாரும் ஒரே வீட்டிலே ஒண்ணாத்தாண்டா இருக்கிறோம்' என்று ஏதோ கூற முயன்றான். ஆனால் பையன் அதற்குள் வெகுதூரம் சென்று விடுகிறான் (தனிவழி, ப.70).

இதே போலத்தான். எல்லாச் செயல்களிலும் தந்தையின் கருத்தை மகன் பொருட்படுத்துவதே இல்லை. சொல்லிச் சொல்லிப் பார்த்துத் தோற்றுப் போனவனாக நாச்சப்பன் முடங்குகிறான். சிறிய சிக்கல்களில் சரி. கிட்டப்பனின் திருமணச் செயலிலுமா? நாச்சப்பன் தன் ஊரிலேயே ஒரு பெண்ணைப் பார்த்துக் கட்டி வைக்க முயல்கிறான். அவர்களோடு தங்கியிருக்கும் மாரக்காள், அவளுடைய மகள் குஞ்சாளைக் கிட்டப்பனுக்குத் திருமணம் செய்ய விரும்புகிறாள். நாச்சப்பனின் கருத்து உணர்ந்ததும் தன் மகளை வேறொருவனுக்குத் திருமணம் செய்துகொடுக்கத் தயாராகி விடுகிறாள். நாச்சப்பனையோ, மாரக்காளையோ யார் கண்டு கொண்டார்கள்? திருநீர் மலையில் கிட்டப்பனும் குஞ்சாளும் திருமணம் செய்து கொண்டு விடுகிறார்கள்.

இதில் தலைமுறை இடைவெளியில் யார் பக்கமும் நிற்காமல், அவர்களைத் தன்னியலாக இயங்க விட்டு விடுகிறார் ஷண்முகசுந்தரம். சட்டி சுட்டதுவில் இந்தத் தன்மையைக் காணமுடிவதில்லை. ஆகவேதான் 'தனிவழி'க்கு ஒரு தனியிடம் கொடுக்கப்படுகின்றது.

இவ்வரிசையில் அடுத்து வருவது ஆசையும் நேசமும். முதன் முதலாகக் கொங்கு நாட்டு ஆதிக்க சாதியினரை விட்டு, ராம பண்டாரத்தின் மகள் மீனாட்சியைக் கதாநாயகியாகக் கொண்டு எழுதப்பட்ட நாவல். நாவலின் தொடக்கமும், வளர்ச்சியும் மிக

அருமையாக உள்ளன. சிறு பெண்ணின் மன உணர்வுகளைப் படம் பிடிக்கும் பாங்கு ஷண்முகசுந்தரத்தை ஒரு தேர்ந்த கலைஞராக வெளிப்படுத்துகின்றது. ஆனால் பிற்பகுதி குறிக்கோள் நோக்கைக் கொண்டு நகர்ந்து சாதாரணமான நாவலொன்றாக முடிவு பெறுகின்றது.

இரு ஆதிக்கசாதி பணக்காரர்களுக்கிடையே ஏற்படும் மோதல் இந்நாவலிலும் உண்டு. மணியக்காரர், சூடக்காரர் இருவருக்கும் ஊர்ச் சிக்கல்கள் தொடர்பாக மோதல் ஏற்படுகிறது. இம்மோதலையும் ஷண்முகசுந்தரம் தவிர்த்து விடுகிறார். மணியக்காரரைக் காந்தியச் சிந்தனை கொண்டவராகக் காட்டுவதன் மூலம் இதனைச் சாதிக்கிறார். மணியக்காரரைக் குறித்து,

> அவருக்கு எப்போதும் கலகத்திலோ, கலவரத்திலோ பலாத்காரத்திலோ நம்பிக்கை கிடையாது (ஆசையும் நேசமும், ப.47)

என்று எழுதுகிறார். அதற்கேற்பவே அவருடைய செயல்கள் அமைகின்றன. விடுதலைக்குப் பின் காந்தியவாதிகள் பலரும் தேர்தல், பதவி போன்றவற்றின் காரணமாக மாறிவிட்டது போல மணியக்காரரும் மாறி விடுகின்றார். விடுதலைக்கு முன் இருந்த நிலையையும், விடுதலைக்குப் பின்னான நிலையையும் இந்நாவலில் விரிவாகவே பேசுகிறார், ஷண்முகசுந்தரம்.

> தேசியகீதம் பாடும்போதுகூட எழுந்து நிற்க வேண்டும் என்ற உணர்ச்சி மழுங்கி விட்ட தடித்த உடம்புகள் (ப.111)

> இருபது வருஷத்துக்குள் தேச பக்தர்கள் உள்ளங்களில் எப்படியெல்லாம் ஏதேதோ புகுந்துகொண்டு அவர்களைப் படாதபாடு படுத்துகிறது. அன்றைய அவர்கள் மதிப்பென்ன? இன்று அவர்கள் நிலை என்ன? (ப.145)

> இன்றைக்கு இருப்பது போன்ற நிலை அல்ல, இருபது வருஷங்களுக்கு முன்பு. அரசியல்தான். அன்றைக்கு தேசபக்தர்கள் என்றாலே வழிபாட்டுக்குரிய பெருமதிப்பிற் குரியவர்களாக மதிக்கப்பட்டனர் (ப.174).

இவை போன்ற ஆதாரங்களைச் ஷண்முகசுந்தரத்தின் வேறு பல நாவல்களிலும் காணலாம். விடுதலைக்குப் பின்னான மாற்றங்களைக் காந்தியவாதிகள் பலரும் விரும்பவில்லை; ஏற்றுக் கொள்ளவில்லை. அதே மனப்பான்மையை இவரிடமும் காண முடிகிறது.

1960க்குப் பிறகு எழுதிய பிற நாவல்களில் காந்தியத் தன்மை கொண்ட பாத்திரங்களைப் படைத்துள்ளார். அவர்கள் மூலம் நாவலில் பேசப்படும் சிக்கலுக்கு மிக எளிதாகத் தீர்வு

தேடிவிடுவதையும் காட்டுகின்றார். தொடர்ச்சியாக நாவல்கள் எழுதும்போது, எப்போதும் ஆயத்தமாகத் தயாரித்து வைக்கப்பட்ட முடிவுகளைப் பொருத்தி விடுவது எளிது. அதை அழியாக்கோலம், காணாச்சுனை, வரவேற்பு, உதயதாரகை ஆகிய நாவல்கள் காட்டுகின்றன.

அழியாக்கோலத்தில் அதன் கதாநாயகன் துரைசாமி, வெளியூர் சென்று படித்து வந்தவன். காந்தியின் மீது பெரும் மதிப்புக் கொண்டவன். அவனைக் குறித்துச் சிறு குறிப்பொன்று தருகின்றார் ஆசிரியர்.

> தேசத் தலைவர்கள் படங்களைத் தொங்கவிடலாமா? மகாத்மாவின் படங்களை டீக்கடைகளிலும், சிகை அலங்கார நிலையங்களிலும் தொங்குகின்ற நிலையில் கண்டபோது தான் மட்டும் அதைச் செய்வதில்லை எனத் தீர்மானித்திருந்தான் (அழியாக்கோலம், ப.87)

இது போன்ற தெளிந்த முடிவுகள், தனக்கென்று கொண்டவன் அவன். வாழ்க்கையின் கீழான சிக்கல்களில் தன்னைக் கரைத்துக் கொள்ளாத வகை. அவற்றிலிருந்து விடுபட்டு நெடுந்தூரம் பயணம் செய்ய வேண்டியவனாக அவனைக் காட்டுகிறார்.

> உண்மையில் இந்த இரண்டிலுமே சம்பந்தப்பட்டவன் கோபதாபமின்றித் தன்னந்தனியாகக் கீரனூர் மண்ணை விட்டு வெகுதூரத்தில் ஆம், நெடுந்தூரத்தில் போய்க் கொண்டிருக்கிறான் துரைசாமி! திரும்பிப் பார்க்கவில்லை! அவன் நெடுந்தூரம் செல்ல வேண்டி இருக்கிறது (ப.120).

சில குறிக்கோள்களை மனதில் கொண்டவர்களாக, எதையும் அமைதி வழியில் பேச்சு வார்த்தை மூலம் தீர்வு காண்பவர்களாக இந்தப் பாத்திரங்கள் விளங்குகின்றன. அழியாக்கோலத்தில் துரைசாமியைப் போல, காணாச் சுனையில் கமலம். தனக்குச் சிறிதும் பொருந்தாத நடராசனைத் திருமணம் செய்துகொள்ள வேண்டிய கட்டாயம் அவளுக்கு ஏற்படுகிறது. அதிலிருந்து தப்பிக்கும் விதமாகச் சமாதானம், பொதுச்சேவை என்று அவள் ஊரை விட்டே போய் விடுகிற முடிவைக் கொடுக்கிறார் ஆசிரியர். இரண்டு நாவல்களிலும் ஒரே வகையான முடிவு காணப்படுகின்றது. பாத்திரத்தின் தன்மைகளும் ஒரே வகையானவைதான். இருவருமே படித்தவர்கள்; பொதுச்சேவை, அமைதி வழி போன்றவற்றில் நம்பிக்கை கொண்டவர்கள்; சிக்கல்கள் மோதல்களாக மாறாமல் தடுப்பவர்கள்; அதனை அதன் களத்தில் நின்று அவர்கள் சந்திக்க வேண்டிய கட்டாயம் வரும்போது அதிலிருந்து விலகி 'நெடுந்தூரப் பயணம்' போய் விடுகிறவர்கள். அதற்கு முன்கூட்டியே ஓர் அடிப்படை இருக்க

வேண்டும் என்ற காரணத்தால், சமாதானம், பொதுச்சேவை போன்றவற்றைக் குறித்த குறிப்புகளை ஆசிரியர் ஆங்காங்கே தூவிச் சென்றுள்ளார்.

வரவேற்பு – நாவல், பூவும் பிஞ்சும் நாவலின் மறுபதிப்பு என்று கூறலாம். அதைப் போலவே விடுதலைக்கு முன்னான கால கட்டத்தில் நடக்கிற நிகழ்ச்சிகளைக் கொண்டது. கடனுக்காக நிலத்தை வீரப்ப செட்டியார் பிடுங்கிக் கொள்கிறார். அவர் காரணமாக அண்ணன், தங்கை குடும்பங்களுக்குள் ஏற்படும் பிரிவினையை அடிப்படையாகக் கொண்டு எழுதப்பட்டது. அவர்களுடைய குடும்பச் சிக்கல்கள் வரும்போது வேறு வகையான அணுகுமுறைக்கு உள்ளாகின்றன. சாமியப்பனின் சிந்தனையைக் குறித்து,

> இவர்கள் உய்யும் வழியைப் பற்றி அவன் பல நாளும் சிந்தித்துக் கொண்டு வந்தான். காரணம் நாட்டிலே ஒரு புது இயக்கம் பரவிக்கொண்டிருந்தது. மகாத்மாவின் பெயர் பட்டி தொட்டிகளிலெல்லாம் அடிபட்டுக் கொண்டிருக்கிறது. இவனுடைய பள்ளி ஆசிரியரும் காந்தியின் பெயரை அடிக்கடி உச்சரித்துக் கொண்டிருந்தார். தான் ஒருவனே இக்காரியத்தில் ஈடுபட்டு மகத்தான சாதனைகள் புரிந்து விடமுடியும் என்று அவன் நினைக்கவில்லை. தீர யோசித்து அவன் செயல்பட ஆரம்பித்தான் என்று எப்படிச் சொல்ல முடியும்? (வரவேற்பு, ப.147)

என ஆசிரியர் கூறுகிறார்.

இந்நாவலின் முடிவும்கூட 'இன்னும் எவ்வளவோ காரியங்கள் செய்ய' அவன் பயணப்படுவதாக அமைக்கப்பட்டுள்ளது.

உதயதாரகை நாவலும்கூட விடுதலைக்கு முன்னான காலத்தில் நடைபெறுவதுதான். இதிலும் ஆசிரியரின் காந்தியப் பற்றுக்கான பல சான்றுகள் உள்ளன. காந்தியவாதிக்கே உரிய ஆதங்கத்தை இந்நாவலில் மிக வெளிப்படையாகக் காணலாம். கதர் உடுத்திக் கொள்வது குறித்தான நிலைகளை,

> 'அடிநாளிலிருந்தே அவர் கதர்தான் கட்டிக் கொள்வதைப் பழக்கமாகக் கொண்டிருந்தார். இப்போது பல காரியங்களுக்காகக் கதர் கட்டுகிறார்கள். ஒரு பெரிய பிரமுகரை வரவேற்று விட்டு வீடு திரும்பியதும் கதர்ச் சொக்காய், கதர் வேஷ்டியைக் களைந்து விட்டு மில் வேஷ்டியை அணிந்து கொள்ளும் பெரிய மனிதர் அநேகம் பேர்! ஆனால் அன்றைக்குக் கதருக்குத் தனி மதிப்பு இருந்தது (உதயதாரகை, ப.39).

எனக் குறிப்பிடுகிறார்.

முத்து முதலியார், சாமியப்ப கவுண்டர், அவர் மகன் பாலு ஆகியோர் காந்தியப் பாதிப்பு கொண்ட பாத்திரங்கள். பாலு இறுதியாகத் தேச சேவை என்று எடுக்கும் முடிவையும் நாவலின் முடிவாகக் கொடுத்துள்ளார். படிக்கத் தன்னுடன் வருவான் என்று பாலுவை, சீதா எதிர்பார்க்கிறாள். அவனோ,

நம்ம ஊர் சனங்கள், அப்பாவிகள், புழுப்பூச்சிகள். அவர்களோடையே நான் இருந்து விடுகிறேன். எங்கும் வரவில்லை.

பிணிகளுக்கு மாற்றம் உண்டு என்கிறார்கள். பேதமைக்கு மாற்றம் இருக்கிறதா என்று பார்க்கிறேன். சின்னக் காரியங்களில் இறங்கி வெற்றி பெறுவதைவிடப் பெரிய காரியத்தில் தோற்றுப் போனாலும் பரவாயில்லை (ப.165).

என்றெல்லாம் கூறிவிடுகிறான். இந்த நாவல் எதிலோ தொடங்கி இலக்கின்றி வளர்ந்து இத்தகைய முடிவைப் பெறுகிறது. இந்நிலையில், ஷண்முகசுந்தரத்தைக் குறித்து முன்கூட்டிச் சொல்லப்பட்ட கருத்தொன்றைப் பார்க்கலாம்.

இவரிடத்தில் மிகையில்லை; பிரச்சார நோக்கமில்லை (சுந்தரராமசாமி, 1984, ப.91). இவருடைய அனுபவங்கள் தீவிரமானவை. தீவிரம் என்பது ஏனெனில் முன்கூட்டி வகுத்துக் கொண்டிருக்கும் தத்துவங்களுக்கோ கெட்டிதட்டிப்போன எண்ணங்களுக்கோ அவல வெற்றி தேடித்தரும் பொருட்டுத் தம் அனுபவங்களின் சிறகுகளை ஒடிக்கும் கயமையின்றி, அவற்றை முழுமையாக முன்வைத்திருப்பதால்தான் (ப.90)

என்று சுந்தரராமசாமி கூறும் கருத்தில் உடன்பட முடிய வில்லை. ஷண்முகசுந்தரத்தின் அனுபவங்கள் தீவிரமானவை என்பதில் கருத்து வேறுபாடு இல்லை. ஆனால், பிரச்சார நோக்க மற்ற எழுத்து என்றோ, முன்கூட்டி வகுத்துக் கொண்டிருக்கும் தத்துவங்களுக்கு வெற்றி தேடித் தர முனைவதில்லை என்றோ கூற இயலாது. இந்த இயலில் விவாதிக்கப்பட்ட கருத்துக்களின் வழியாக, காந்தியக் கோட்பாடுகளுக்கேற்பப் பாத்திரங்களை அவர் வளைத்துள்ளமையையும், அவற்றை முடிவாகப் பொருத்துவதையும் அறியலாம். நாகம்மாள், அறுவடை, தனிவழி, சட்டிசுட்டது ஆகிய நாவல்களைத் தவிர, மற்றவற்றில் அவர் ஒரு கலைஞனாக அல்லாமல், பிரச்சாரகராகவே செயல்பட்டுள்ளார். பிரச்சாரத்தன்மை படைப்புக்களில் மேலோங்கும்போது, அவரது படைப்பாளுமை கீழே சரிந்து விழுந்து விடுகிறது.

●

6

பணத்தேவையும் படைப்புக்களும்

கீரனூரில் நல்ல வசதியான முதலியார் குடும்பத்தில் பிறந்தவர் ஷண்முகசுந்தரம். அவர் வளர வளர அவருடைய வசதி குறைந்துகொண்டே வந்துள்ளது. அவருடைய தம்பியும் இலக்கிய ஆர்வலர். இருவரும் இணைந்து 'புதுமலர் நிலையம்' என்ற பதிப்பகத்தை நடத்தியுள்ளனர். அதற்கான அச்சகம் ஒன்றையும் வைத்திருந்தனர். மேலும் சிமெண்ட் விற்பனை, பஸ் சர்வீஸ் போன்ற பல தொழில்களையும் செய்துள்ளனர். ஆனால் எந்தத் தொழிலிலும் அவர்கள் லாபம் ஈட்டியதாகத் தெரியவில்லை. லாபகரமாகத் தொழில் நடத்தும் வித்தை அவர்களுக்குக் கைவரவில்லை. தொழிலில் பயன்படாத நேர்மை, இரக்கம், பிறருக்கு உதவுதல் போன்ற குணங்களை அவர்கள் கொண்டிருந்தனர். 'வசந்தம்' என்றொரு இதழையும் நடத்தினர். அவர்களுடைய இலக்கிய ஈடுபாடும்கூடத் தொழிலில் கவனம் செலுத்த இயலாமைக்குக் காரணமாகியிருந்தது. இவற்றின் காரணமாக அவர்களுடைய வசதி கரைந்துகொண்டே வந்தது. 1960க்குப் பிறகு மிகுந்த சிரமத்தை அனுபவித்திருக் கின்றனர். குடும்பம் நடத்துவதற்கே போதுமான வருவாயில்லை. அவருடைய தம்பி இறந்தபோது அடக்கம் பண்ணக்கூடக் கையில் காசில்லாத நிலை. பார்க்கும் பலரிடமும் கையேந்திக் கடன் கேட்கும் நிலைக்கு வந்திருந்தார். இவ்வாறு அவருடைய பிற்பகுதி வாழ்க்கை மிகவும் மோசமானதாக, ஒரு பெரும் படைப்பாளிக்கு நேரக்கூடாத ஒன்றாக அமைந்திருந்தது.

1960க்குப் பிறகுதான் அவர் நிறைய நாவல்களை எழுதி யுள்ளார். அளவற்ற மொழிபெயர்ப்புக்கள் செய்துள்ளார். இவை அனைத்துமே பணத்தேவையோடு தொடர்பு கொண்டிருந்தது என்பதைக் கூற வேண்டியதில்லை. சென்னையிலிருந்து யாராவது நாவல் கேட்டால் தொடர்ச்சியாக இரண்டு மூன்று நாட்கள் உட்கார்ந்து எழுதி அனுப்பி விடுவார். ஒரு நாவலுக்கு 300, 400 ரூபாய் வரை வாங்கியுள்ளார். இதைக் குறித்துச் சொல்லும்போது தி.ஷண்முகசுந்தரம்,

> இன்னொரு 400 ரூபாய் யாராவது கொடுத்திருந்தால் தமிழ் இலக்கியத்திற்கு இன்னொரு நாவல் கிடைத்திருக்கும் (நேர்காணலில் கூறியது)

என்றார். அவருடைய பணத்தேவையைப் பதிப்பகங்களும் தங்களுக்குச் சாதகமாகப் பயன்படுத்திக் கொண்டுள்ளன. 1960க்குப் பின்னான அவர் நூல்கள் அனைத்துமே முழு உரிமை யும் பதிப்பகத்தாருக்கே கொடுக்கப்பட்டன. எல்லா நூல்களிலும்

> இந்நூலின் முழு உரிமையும்
> இன்ப நிலையத்தாருக்கு (மனமயக்கம், ப.4)
>
> சகல உரிமைகளும் குயிலன் பதிப்பகத்தாருக்கே
> (இதயகீதம், ப.2)

என்கிற குறிப்பைக் காணமுடிகிறது. நாகம்மாள், மாயத்தாகம், வரவேற்பு ஆகியவற்றைத் தவிர, எல்லா நூல்களின் உரிமையும் பதிப்பகத்தாரிடமே கொடுக்கப்பட்டுள்ளது. ஷண்முகசுந்தரத்தின் நெருக்கடியை இவற்றின் மூலமே உணரலாம். அவருடைய தொடக்க கால எழுத்து முயற்சி குறித்து அவரே,

> என்னுடைய முயற்சிகளுக்கு உறுதுணையாக இருந்தது முதலில் என் ஆர்வம்தான் (எதற்காக எழுதுகிறேன், 1972, ப.40).

என்று கூறுகிறார். இவ்வாறு ஆர்வத்தோடு எழுத வந்தவர், பின்னாளில் பணத்தேவைக்காக எழுத வேண்டிய கட்டாயத்துக்கு ஆளானார். 'எதற்காக எழுதுகிறேன்' என்பது பற்றி அவருடைய கருத்து–

> ஒரு இலக்கிய ஆசிரியன் ஏன் எழுதுகிறான்? என்பதை அந்தக் காலத்திற்கு ஏற்ப, சமய சந்தர்ப்பம் சூழ்நிலைக்கு ஒத்தவாறு பதில் அளிக்க வேண்டியிருக்கிறது. ஆரம்பத்தில் இதே கேள்விக்கு நான் அளித்த பதில் ஐந்து வருஷத்திற்கு முன் பொருந்தாது. ஐந்து வருஷத்திற்கு முன்னர் நான் சொன்ன பதிலை இன்று சொல்வதாக இருந்தால், வேறுவிதமாகத்தான் கூற வேண்டியிருக்கும் (ப.39).

தொடக்க காலத்தில் எழுதுவதில் அவருக்கிருந்த ஆர்வம் குறித்து விரிவாகவே,

> ...
>
> என் விருப்பத்திற்கு இயைந்த, எனக்கு உவப்புத் தருகிற சரியான தொழிலைத்தான் தேர்ந்து எடுத்திருக்கிறேன் என்று பூரித்துப் போனேன். உலகத்துத் தலைசிறந்த நாவலாசிரியர்கள் போல், – மற்ற நாட்டு கீர்த்தி மிக்க இலக்கியாசிரியர்கள் போன்று – நானும் ஒரு துறையில் – யாருமே காட்டாத, தொடாத, விண்டுரைக்க மாட்டாத சுவைகளை, இனிமைகளை லலிதங்களை எழில் ததும்ப நிறைத்து விடுவது என்கிற வெறியோடு எழுதினேன். ஆம்; அதை ஒரு வெறி என்றே குறிப்பிட வேண்டும். மோகம் என்றால் வார்த்தையில் வடிக்க முடியாத அதிசய மோகம் அது *(ப.40, 41)*

எனக் கூறுகிறார்.

இத்தகைய மோகம் கொண்டிருந்தவர் தம் பிற்கால எழுத்திற்கான காரணம் பற்றி,

> இப்போது எதற்காக எழுதுகிறேன்? சுத்தமாகப் பணத்திற் காக எழுதுகிறேன் என்று சொல்லிக்கொள்வதில் நான் வெட்கம் கொள்வதில்லை. இன்றைய புகழ்பெற்ற பிரெஞ்சு நாவலாசிரியர் சமீபத்தில் ஒரு கட்டுரையில், 'நான் அமெரிக்க புத்தகக் கம்பனிக்கு ஒரு புத்தகம் தயார் செய்து கொண்டிருக்கிறேன்' என்றார். ஆம். வீடு கட்டும் என்ஜினியர் மாதிரி, பணம் கொடுத்தால் நாவலோ, சரித்திரமோ தயார் செய்து கொடுக்க வேண்டியதுதானே? பட்டினி கிடந்து செத்துக்கொண்டே எழுதிக்கொண்டிருக்க வேண்டும் என்கிற சித்தாந்தத்தையே நான் அடியோடு மறுப்பவன்; 'பாலும் பழரசமும் தந்தால் என்ன வேண்டுமானாலும் எழுதுவீரோ? எந்தக் கட்சிக்கும் எழுதித் தருவீரோ?' என்று நையாண்டி பண்ணாதீர்கள். கட்சியாவது சுண்டைக்காயாவது? வீட்டிலுள்ள உயிர்கள் – நம்மை நம்பி இருக்கையில் ஜீவன்கள் சோர்ந்து கிடக்கையில் 'என் கொள்கை, என் லட்சியம்' என்று அலட்டிக் கொள்வதில் என்ன பிரயோசனம்? *(ப.42)*

எனக் கூறுகிறார்.

இந்தப் பதிலில் பல செய்திகள் படிப்பவர் மனதை அழுத்துகின்றன. பணத்திற்காக எழுதுவதில் அவருக்கு உடன்பாடில்லாமையை உணர முடிகிறது. அப்போதைய அவருடைய வாழ்க்கைச் சூழல் (வீட்டிலுள்ள உயிர்கள் – நம்மை

நம்பி இருக்கின்ற ஜீவன்கள் சோர்ந்து கிடக்கையில்.) வெளிப்படு கிறது. அவர் எழுதுவதற்கான கட்டாயத்தை உணர்த்துகிறது. இன்னும் ஏதேதோ சொல்லவியலாத உணர்ச்சிகளைக் கொடுக்கின்ற இந்தப் பதிலின் முடிவில் அவருடைய ஆதங்கத்தை,

> தனி மனிதன், குடும்பம் இவற்றின்மீது பணத்திற்குள்ள ஆதிக்கம் குறைந்தால் – ஆட்டி வைக்கும் சக்தியைப் பணம் இழந்து விடுகிற நிலை ஏற்பட்டால் – அப்போது எதற்காக எழுதுகிறேன் ? என்கின்ற கேள்விக்கு நான் அளிக்கும் பதில் ஒரு தனிக் காவியமாக இருக்கும் (ப.43)

என்று வெளிப்படுத்துகிறார்.

ஒரு 'தனிக்காவியமாக' விளங்கக்கூடிய பதிலை நாம் பெற இயலாமலேயே அவருடைய வாழ்க்கை முடிந்துவிட்டது. அவருடைய வாழ்க்கையின் இருண்ட பக்கங்கள் அவருடைய எழுத்தில் பல மாற்றங்களை ஏற்படுத்தி உள்ளன.

பணத்தேவைக்காக எழுத்து உற்பத்தி செய்யும் வெகுசன இதழ் எழுத்தாளனைப் போலச் ஷண்முகசுந்தரத்தால் இயங்க முடியவில்லை. அவர் எழுத்தின் தரத்தில் குறைபாடுகள் பல நேர்ந்துள்ளன என்ற போதும், தான் சார்ந்த வாழ்க்கையை விட்டு விலகி அவரால் எதுவும் எழுத முடிந்ததில்லை. அப்படி முயன்ற ஒன்றிரண்டும் வெகுசன எழுத்துத் தரத்தை அடைய முடியாமல் தோல்வி கண்டுள்ளன. அதே சமயம் அவை இலக்கியத் தரத்திலிருந்து இரங்கத்தக்க வீழ்ச்சிகளைச் சந்தித்திருக்கின்றன.

தேவையை ஒட்டிக் கட்டாயத்தின் காரணமாக எழுதும்போது வாழ்க்கையைப் பரிசீலிப்பதற்கு நேரம் இருப்பதில்லை. இரண்டு நாள், மூன்று நாளில் உருவாகும் ஒரு நாவலில் படைப்பாளனின் ஆளுமையை எதிர்பார்க்க இயலாது. அவன் எதையும் பரிசீலனைக்கு ஆட்படுத்தாமல் மேடும் பள்ளமுமற்ற சமநிலையில் எழுதி முடிக்க வேண்டிய நிலைக்கு ஆளாகிறான். எப்போதும் கைவசம் இருக்கும் முடிவுகளைப் பொருத்த நேர்கிறது. பூவும் பிஞ்சும், பனித்துளி ஆகியவற்றில் நாவலின் மோதல் கட்டம் தவிர்க்கப்பட்டு, கோட்பாட்டிற்கு உகந்த முடிவு கொடுக்கப்பட்டது. 1960க்குப் பின்னான நாவல்களிலோ நேரடியாகவே முடிவுகள் பொருத்தப்பட்டுள்ளன. இந்தப் பரிணாம வளர்ச்சிக்குக் காரணமாய் அவருக்கு இருந்த பணத் தேவையை ஒட்டிய கட்டாயம் என்பதாகத்தான் சொல்ல வேண்டியுள்ளது.

இதுபோன்ற நிலையில், எழுத்தாளன் புதுப்புதுச் செய்தி களைத் தேடிப் போக முடிவதில்லை. அதற்கான அவகாசம்

அவனுக்குக் கிடையாது. பழகிய பாதைதான் எளிது. திரும்பத் திரும்ப அதற்குள்ளேயே சுற்றிவர நேர்கிறது. ஒன்றையே வேறு வேறு சொற்களைப் போட்டு மாற்றி மாற்றி எழுதிக் காட்டுகிறான். ஒரு நிகழ்ச்சியையே வேறு வேறு வடிவங்களில் குறுக்குகிறான்; நீட்டுகிறான். நான்கைந்து நாவல்களை ஒரு சேரப் படிக்கும்போது எதில் என்ன வருகிறது என்கிற குழப்பத்திற்கு வாசகன் ஆளாகிறான். படைப்பாளனுக்கே கூட எதில் எதை எழுதுகிறோம் என்பது மறந்து விடுகிறது. உற்பத்தி என்பதே ஒன்றை போன்றவற்றையே தயாரித்துத் தள்ளுவதுதான். தலைப்புக்கள் மாறுபடும்; பெயர்கள் மாறும்; இடங்கள் மாறும்; நிகழ்ச்சிகள் சிறிது சிறிது வேறுபாட்டுக்கு உள்ளாகும். உடைத்துப் பார்ப்போமானால் ஆதி அமைப்பைக் கண்டுணர முடியும். எங்கிருந்து எல்லாம் தொடங்கின என்பதைப் பகுத்துக் காட்டிவிட முடியும்.

ஷண்முகசுந்தரத்திடம் இந்தத் தன்மைகளைக் காணலாம். ஒரு கருவையே பல வடிவத்திற்கு மாற்றி உள்ளமையைக் காட்டலாம். வீரப்ப செட்டியார் என்பவர் கடன் கொடுத்து ஊர் நிலங்களை எல்லாம் வளைத்துக் கொள்கிற நிகழ்ச்சியைப் பல இடங்களில் எழுதியுள்ளார். முதலில் 'ஓட்டமும் ஓய்வும்' என்னும் சிறுகதை எழுதப்பட்டுள்ளது. அது பின்னர் 'பூவும் பிஞ்சும்' என்னும் நாவலாகியது. அது ஒரு நாவலுக்கான கருதான். சிறுகதை வெற்றி பெற்றதாக அமையவில்லை. ஆனால் சிறுகதையின் முடிவு இயல்பானது. நாவல் வடிவத்தில் அதுவே வரும்போது செயற்கை முடிவுடன் நீர்த்துப் போய்விட்டது. இந்நாவலே பதினைந்து ஆண்டுகளுக்குப் பின், புதுப்புனல் என்னும் நாடக வடிவமாக வெளிப்பட்டுள்ளது. ஒரு சில நிகழ்ச்சிகளை மாற்றி வரவேற்பு என்னும் பெயரில் பிறகொரு நாவல் எழுதியுள்ளார்.

படித்ததும் கண்டுணரும் வகையில் ஒரு கருவே பல நாவல்களாகி உள்ளது போல உள்நுழைந்து பார்த்தால் மட்டுமே தெரிகிற விதமான நாவல்களும் உள்ளன. பூவும் பிஞ்சும், பனித்துளி, அழியாக்கோலம், ஆசையும் நேசமும், வரவேற்பு, உதயதாரகை, புதுப்புனல் – ஆகிய அனைத்தும் ஒன்றையே அடிப்படையாகக் கொண்டு உருவாகியுள்ளன. அந்த அடிப்படை ஷண்முகசுந்தரத்தின் முதல் நாவலான 'நாகம்மாளில்' உள்ளது. நாகம்மாளில் வரும் மணியக்காரர் பாத்திரம் முக்கியமானது. நாகம்மாளைப் பிரிவினைக்குக் கெட்டியப்பன் மூலமாகத் தூண்டுவது மணியக்காரர்தான். காரணம் மணியக்காரருக்கும் நாகம்மாளின் மாமனாருக்கும் இருந்த தகராறு.

ஊரில் இரண்டு பெரிய மனிதர்களுக்கு இடையே ஏற்படும் சமூக மதிப்புக் காரணமான மோதல் இது. நாகம்மாள் நாவலை நகர்த்துவதற்கான அடிப்படைக் கரு. இது மேற்சொன்ன

எல்லா நாவல்களிலும் கையாளப்பட்டிருக்கிறது. பூவும் பிஞ்சில் மணியக்காரர் - ராமசாமிக் கவுண்டர் மோதல்; பனித்துளியில் ராமசாமிக் கவுண்டர் - கருப்பண்ணக் கவுண்டர் மோதல்; அழியாக்கோலத்தில் ராக்கியப்ப கவுண்டர் - காளியண்ண கவுண்டர் மோதல்; ஆசையும் நேசமும் நாவலில் மணியக்காரர் - சூடக்காரர் மோதல்; வரவேற்பில் வெங்கடாசலக் கவுண்டர் - 'சென்னிமலைக் கவுண்டர் மோதல்; உதயதாரகையில் சாமியப்ப கவுண்டர் - சுப்பண்ண கவுண்டர் மோதல்; புதுப்புனலில் மணியக்காரர் - ராமசாமிக் கவுண்டர் மோதல் - என்று எல்லா நாவல்களுக்கும் நாடகத்திற்கும் இந்த மோதல் கருதான் அடிப்படை.

பணத்திற்காக எழுதும் ஒரு வெகுசன எழுத்தாளன் ஒரே கருவை வைத்துக்கொண்டு ஒரு நூறு நாவல்களை எழுதி விடுவான். ஆனால் படிக்கிற வாசகனுக்கு அவை ஒவ்வொன்றும் ஒவ்வொரு புதுநாவல் போலத் தோற்றம் கொடுக்கும். அதனால்தான் அவன் சரக்கு உற்பத்தி செய்கிறவனாக இருந்த போதும், புகழ் பெற முடிகிறது. பணம் ஈட்ட இயலுகிறது. அவன் மேற்கொண்டு உற்பத்தியில் சலிப்புக் கொள்ளும்போது அவன் காலம் முடிவடைகிறது. வேறொருவன் வந்துவிடுகிறான். ஒரு வெகுசன எழுத்தாளனைப் போல ஷண்முகசுந்தரம் எழுத முயன்றுள்ளார் என்பது உண்மை. ஆனால் அவனைப் போல வெற்றி பெற இயலவில்லை. மேற்சொன்ன இரண்டு பெரிய மனிதர்களுக்கிடையேயான மோதலைப் பல நாவல்களிலும் எழுதியிருந்தாலும், ஒன்றுக்கொன்று புதிது போலத் தோன்றும்படி எழுத அவரால் முடியவில்லை. மோதலுக்கான காரணங்களில் சிறு வேறுபாடுகளை ஏற்படுத்திப் பார்க்கிறார் என்றாலும், அது மிக எளிதாகக் கண்டு கொள்ளும் வகையிலேயே அமைந்துள்ளது.

அதேபோலப் பாத்திரங்களைக் கூட அவரால் வேறுபடுத்த முடியவில்லை. பெயர்களை மாற்றிப் பார்க்கிறார். அவற்றின் சாதாரணக் குணநலன்களைக்கூட வேறுபடுத்திக் காட்ட முடியவில்லை. இதை வேறொரு சான்று மூலம் இன்னும் சிறப்பாக விளக்கலாம். 'ஓட்டமும் ஓய்வும்' சிறுகதையைப் பூவும் பிஞ்சும் நாவலாக விரித்து எழுதியபோது, சிறுகதையில் வரும் ராமசாமிக் கவுண்டருக்கும் மணியக்காரருக்கும் ஒரு மகனையும் ஒரு மகளையும் உருவாக்குகிறார். அவர்கள் மாரியப்பன், செல்லாயா. இந்த இரு பாத்திரங்களும் பூவும் பிஞ்சும் நாவலில் எத்தகைய தன்மையோடு வருகின்றனவோ அப்படியே மேலும் பல நாவல்களிலும் வருகின்றன. நம்பிக்கை ஊட்டும் இளைய தலைமுறைக்கு வகைமாதிரியாக இந்தப் பாத்திரங்களைப் படைத்துள்ளார் ஆசிரியர். மாரியப்பன் காந்தியத்தில் நம்பிக்கை

கொண்டவன். பனித்துளியில் மாரியப்பன் – செல்லாயா; அழியாக்கோலத்தில் துரைசாமி – நிர்மலா; காணாச்சுனையில் கதிர்வேலு – லட்சுமி; வரவேற்பில் சாமியப்பன் – ருக்கு. இவ்வாறு ஒரே பாத்திரமே சிறிதும் மாற்றம் இல்லாமல் உலா வருகின்றது. மாற்றம் செய்ய நினைத்துச் ஷண்முகசுந்தரம் போர்த்தும் மெல்லிய துணிகள் சிறிதும் பயன்படவில்லை.

மேற்சொன்ன வகையாக ஒரே கருவைப் பலநூல்களாக எழுதும் முயற்சியில் ஷண்முகசுந்தரத்தின் இன்னும் சில நாவல்களைக் குறிப்பிட முடியும். மன மயக்கம் தொகுதியில் உள்ள 'நாடகமுடிவு' என்னும் சிறுகதை, பின்னர் 'மனநிழல்' என்னும் நாவலாக உருப்பெற்றுள்ளது. நாவலுக்கேற்பச் சில மாற்றங்கள் செய்துள்ளார். சிறுகதையில் விஷம் குடித்து மாய்பவன் கதாநாயகன்; மனநிழலில் அது கதாநாயகி. சிறுகதையில் வரும் நாடகம் தொடர்பான செய்திகள், தகவல்கள் மனநிழலில் விரிவுபடுத்தப் பட்டுள்ளன. மற்றபடி நாவலில் பக்கம் கூட்டும் முயற்சிக்காகத் தேவையற்ற கதைகள்; நிகழ்ச்சிகள் இணைக்கப்பட்டுள்ளன. 'அதுவா இதுவா' என்றொரு நாவல். இந்நாவல் மண்ணாசை, அமிர்தமும் விஷமும் ஆகிய அவருடைய இரண்டு சிறுகதைகளையும் கூட்டிக் குழப்பி எழுதப்பட்ட தாகும். 'மண்ணாசை' சிறுகதை ஒரு இளம்பெண் பற்றியது. கிட்டப்பன், வெங்கப்பன் மனைவிமார்களுக்குத் தினமும் தகராறு. அதைத் தீர்த்து வைக்கப் பெண்ணைத் தோட்டத்திற்கு ஒரு நாளைக்கு ஏழு எட்டு முறை அனுப்புவார்கள். இதனால் வெறுத்துப் போன அந்தப் பெண் தற்கொலை செய்து கொள்கிறாள். 'அமிர்தமும் விஷமும்' என்ற சிறுகதையும் ஒரு பெண்ணைப் பற்றியது. காதலர் இருவரும் ஊரை விட்டு ஓடிப் போகத் தீர்மானிக்கின்றனர். அவளை வண்டிக்காரப் பையனோடு முதலில் அனுப்பி, ஒரு சத்திரத்தில் தங்கி இருக்கும்படி சொல்கிறாள். அவளும் போகிறாள். அவனால் குறித்த நேரத்திற்கு வந்து சேர முடியவில்லை. சத்திரத்திலோ பெரிய சந்தடி. ஒரு இளம்பெண் ஒரு தடித்த பையனோடு வந்து தங்கி இருப்பதைப் பார்த்துப் பலரும் சந்தேகப்படுகின்றனர். 'போலிஸ்காரன்' வருகிறான். அவனிடம் அவள் துணிந்து 'என் புருஷன்தான்' என்று கூறிவிடுகிறாள். பின்னர் வண்டிக்காரப் பையனோடு புறப்பட்டு விடுகிறாள். காதலன் வந்து பார்த்து ஏமாந்து போகிறான்.

இந்த இரண்டு சிறுகதைகளையும் இணைத்து 'அதுவா இதுவா' நாவல் எழுதப்பட்டுள்ளது. சொல்லப்போனால், இரண்டுக்கும் தொடர்பில்லை. நாவலுக்காக இரண்டு கதைகளிலும் வரும் பெண்களைத் தோழிகளாக்கி விட்டார். ஒருத்தி கிராமத்திலேயே இருப்பவள், இன்னொருத்தி நகரத்திற்குப்

போய்ப் படிக்கிறாள். இருவரும் தோழியர் என்பதைத் தவிர இரண்டு பேருடைய பிரச்சினையும் எங்கும் இணைவதில்லை. சிறுகதையில் வருவதைப் போலவே முதல் பெண் தற்கொலை செய்து கொள்கிறாள். நாவலாக மாறும்போது கொடுக்கப்பட வேண்டிய அழுத்தம் எதுவும் இல்லாமல் அவளுடைய தற்கொலை வெறும் சேதியாக வருகிறது. அவ்வளவே. இரண்டாம் பெண்தான் நாவலில் தலைவி. ருக்கு. அவளுக்கு அப்பா ஒரு மாப்பிள்ளை பார்க்கிறார். அம்மா வேறொரு மாப்பிள்ளை பார்க்கிறாள். அவளோ தங்கள் கடையில் வேலை செய்பவனை விரும்பி, இருவரும், ஓடிப்போகத் திட்டமிடுகிறார்கள். அவள் ரயில் நிலையத்தில் காத்திருக்கிறாள். அவன் வரவில்லை. மாறாக, அவர்களிடம் எடுபிடி வேலை செய்யும் வேறொருவன் வந்து சேதி சொல்கிறான். அவள் சட்டென்று தீர்மானித்து அவனோடு புறப்பட்டு விடுகிறாள்.

இதில் பெண்ணைப் பற்றிய – அதுவும் நகரப் பெண்கள் குறித்த ஷண்முகசுந்தரத்தின் கண்ணோட்டம் மிக மோசமான தாகவே வெளிப்படுகிறது. செய்தி சொல்ல வந்த காளிமுத்துவைப் பார்க்கிறாள்.

அடிக்கும் தலைக்கும் ஊடுருவினாள். நல்ல இளைஞன். நல்ல தேகக் கட்டு (அதுவா இதுவா, ப.115).

உடனே 'புறப்படு' என்று புறப்பட்டு விடுகிறாள். அவருடைய பார்வை பற்றியான விமர்சனம் ஒருபுறம் இருக்கட்டும். இங்கு சிறுகதை நாவலாவதற்குச் சில பூச்சுக்களை அவர் மேற்கொள்கிறார். ஒரு சிறுகதையை நாவலாக்கினால் பக்கம் வராது. எனவேதான் இரண்டு கதைகளை இணைக்கிறார். அதுவும் சிறுகதையின் கருக்கள் நாவலின் பின்பகுதியில்தான் வருகின்றன. தொடக்கத்திலிருந்து பெண்களின் பெற்றோர் பற்றியான விவரணைகள், அவர்கள் தொடர்பான நிகழ்ச்சிகள் இவையே முக்கியத்துவம் பெறுகின்றன. ஆக, அவசர நாவல் தேவைக்குச் சிறுகதையிலிருந்து சட்டென்று எடுத்துக் கொண்டிருக்கிறார்; அவ்வளவுதான்.

மேலும் 'ஆசையும் நேசமும்' நாவலும் ஒரு சிறுகதையின் அடிப்படையில் பிறந்ததேயாகும். இதைப் பொறுத்தவரை சிறுகதைக்கும் நாவலுக்குமான வேறுபாடு சிறுகதையில் சொல்லப்படும் செய்திக்கு முன் நடந்த நிகழ்ச்சிகள்தான் நாவலாகி உள்ளன. அதே போன்று மாயத்தாகம் நாவலும் ஒரு சிறுகதையின் அடிப்படையில் பிறந்ததேயாகும். அந்தச் சிறுகதை என்னவென்பதை அறியமுடியவில்லை; தொகுப்பில் இல்லை. இதைக் குறித்து ஆசிரியரே,

முன்னர் நெடுநாட்களுக்கு முன்பு இதைச் சிறுகதையாக்கி எழுதி இருந்தேன். ஆனால், அது ஒரு சிறுதுளி, இதுவோ பெரு வெள்ளம் *(மாயத்தாகம், ப.20)*

என்று சொல்கிறார். பூவும் பிஞ்சும், அதுவா இதுவா ஆகிய நாவல்கள் உருவானதற்குக் காரணமான சிறுகதைகள் நமக்குக் கிடைக்கின்றன. ஆனால், ஆசிரியர் அவற்றைக் குறித்து முன்னுரையிலோ, வேறு இடங்களிலோ சொல்லவில்லை. கிடைக்காத சிறுகதையின் மூலம் உருவான நாவல் குறித்துச் சொல்கிறார். ஆனால், மாயத்தாகத்தையும் கூட, முன்பு சொன்ன நாவல்களைப் போலவேதான் பார்க்க வேண்டியிருக்கிறது. ஆசிரியர் நாவலைக் குறித்து மிக நல்ல வகையில்,

இதுவரை பத்துப்பனிரண்டு சொந்த நாவல்கள் எழுதி இருக்கிறேன். எல்லாவற்றிலும் இது எனக்குப் பரிபூரண திருப்தியை அளித்தது. அதற்குக் காரணங்கள் பலப்பல. உள்ளத்தை வேக வைத்துக்கொண்டிருந்த வேட்கை, மகிழ்ச்சி, மனோகரம் – யாவுமே இதனுள் மண்டிக் கிடக்கிறது. சொந்த அனுபவங்கள் சுகமாக இழைந்து செல்வதனால் அதிலே ஒரு தனி இன்பம் *(ப.6).*

எனக் கூறுகிறார்.

ஆசிரியருடைய சொந்த அனுபவமே இந்த நாவல் என்பதை அறிகிறோம். ஆசிரியரின் பெயரே நாவலின் கதைத் தலைவனின் பெயர் – ஆறுமுகம்; ஷண்முகசுந்தரமும் ஆறுமுகமும் ஒன்றுதான். அவருடைய மனைவி பெயரே நாவலில் தலைவியின் பெயரும்; வள்ளியம்மாள். வழக்கம்போல் தேவைக்கு மிக அதிகமாக நீட்டிச் செல்லுதலை இந்நாவலிலும் காணலாம். நாவல் எதற்காக எழுதப்படுகிறது என்பது புரியாத அளவுக்குக் குழப்பம் வரச் செய்து விடுகிறார். அத்தோடு நாவலில் ‘சஸ்பென்ஸ்’ வைக்க முயன்று சரியாக அமையாமல் தோல்வியைக் கண்டிருக்கிறார். இந்நாவலைக் குறித்து,

. . . ஆசிரியரது அபிமான ‘சென்டிமெண்டல்’ சிபார்சை மறந்து விட்டு நாம் இந்த நாவலைப் பார்ப்போமானால் அவர் எதிர்பார்த்த – அதாவது தான் அடைந்த இன்பத்தில் வாசகர்களும் திளைக்க வேண்டும் என்ற – விருப்பம் நிறைவேற இடம் ஏற்படாத ஒரு ஏமாற்றம் தரும் படைப்பாகவே இருக்கிறது *(எழுத்து, ஏப்ரல் – ஜுன் 1968, ப.7)*

என்னும் சி.சு.செல்லப்பாவின் கருத்து ஏற்புடையதாகும்.

இவையெல்லாம் ஷண்முகசுந்தரம் வணிகத் தன்மையான எழுத்தில் வெற்றி பெறவில்லை என்பதைக் காட்டுவதோடு,

அவை தேவைக்கேற்ப உற்பத்தி செய்யப்படும்போது நேரும் குறைபாடுகளைக் காட்டுகின்றன. இந்தத் தன்மை ஷண்முகசுந்தரத்தின் ஆளுமையைச் சிதைத்திருப்பதற்கு இன்னும் சில சான்றுகளையும் காட்டலாம்.

வணிக எழுத்தில் ஆட்படும்போது எழுத்தாளன் சிந்திப்பதற்கு அதிக நேரம் எடுத்துக் கொள்வதில்லை. நிகழ்ச்சிகளை அவற்றின் ஆழ்ந்த கன பரிமாணத்தோடு படைப்பதில் அக்கறையும் தேவையில்லை. பாத்திரங்களை உலவ விட்டால் போதும். அவற்றை வாழச் செய்யவேண்டியதில்லை. தகவல்கள், விவரங்கள் போன்றவையும்கூட அலட்சியபாவத்திற்கு உள்ளாகின்றன. பொருள் பொதிந்த உரையாடல்களோ, வாசகனைச் சிந்தனைக்கு உள்ளாக்குவதோ இங்கே தேவையானதில்லை. மேலோட்டமான நிகழ்ச்சிகள்; மேலோட்டமான பாத்திரங்கள்; நடை – போதுமானது.

ஷண்முகசுந்தரத்தின் எழுத்துக்களில் ஒரு குறிப்பிடத்தக்க குறைபாடு மேற்கண்ட காரணத்தால் தொடர்ந்து ஏற்பட்டிருக்கின்றது. சிறுசிறு தவறுகள் பல இடங்களில் நிகழ்ந்துள்ளன. இது அவர் வணிக எழுத்துக்கு வந்த பின்னர் தான் ஏற்பட்டது என்று கூற முடியாது. முன்பே அவரிடம் இருந்த இந்தக் குறைபாடு பின்னர் மிகப் பெரிதாக வளர்ச்சி கண்டிருக்கிறது. தொடர்ச்சியாக எழுதிக்கொண்டே இருப்பவர் என்பது அவரைக் குறித்துப் பிறர் சொல்லும் செய்தி. நாகம்மாளை ஒரு மாதகாலத்தில் எழுதி முடித்துள்ளார் *(தீபம் நேர்காணல்).*

எழுதும் முறை குறித்து,

> அன்றைக்கும் இன்றைக்கும் எனக்கு என்ன எழுதுவதென்றாலும் 'மூடு கீடு' ஒன்றும் வரவேண்டியதில்லை. எந்த நேரமும் பேனாப் பிடித்தால் நிற்காமல் நிறுத்தாமல் எழுத வேண்டியதுதான். அடித்தல் திருத்தல்களுக்கு இடம் வைத்துக்கொள்ள மாட்டேன் *(எதற்காக எழுதுகிறேன், ப.47)*

என அவரே கூறுகிறார்.

அவர் எழுதியதைத் திரும்பப் படித்துப் பார்ப்பாரா என்பதுகூடச் சந்தேகம்தான். அப்படித் திரும்பப் படித்துப் பார்த்திருந்தால் சிறு சிறு தவறுகளை மிகச் சாதாரணமாகத் தவிர்த்திருக்கலாம். தொடக்க காலத்தில் ஆர்வத்தோடு எழுதியபோதே அவரிடம் அந்தத் தன்மை இல்லாதபோது, பிற்காலத்தில் இரண்டு மூன்று நாள்களில், ஒரு வாரத்தில் ஒரு நாவல் முடித்துத் தர வேண்டிய கட்டாயம் ஏற்பட்டபோது அதனை அவரிடம் எதிர்பார்க்க இயலாது.

நாகம்மாளில் அவள் கணவன் இறந்து பத்து ஆண்டுகள் ஆவதாகக் குறிப்பு வருகிறது. ஆனால் அவள் மகள் முத்தாயாளுக்கு நான்கு வயது. இது ஆசிரியர் அறிந்து செய்த தவறா, அறியாமல் செய்த தவறா என்பது குறித்து முன்பே பேசப்பட்டது. அவர் தவறாகச் செய்துவிட்ட விவரப்பிழை என்பதற்கு இங்கு காட்டும் பிற சான்றுகள் உதவக்கூடும். அதே நாகம்மாளில் வரும் இன்னொரு காட்சி. சின்னப்பன் உழுது கொண்டிருக்கிறான். விதைப்பு நடக்கிறது. சால் விட்டுக்கொண்டிருக்கிறான் ஆள்காரன். அப்போது நாகம்மாள் வருகிறாள்.

> இவ்வளவு நேரம் சாலிட்டுக் கொண்டிருந்த கருப்பன் எள்ளுக்கூடையை நாகம்மாளிடம் கொடுத்து விட்டு பட்டி திறந்து விடுவதற்காகப் போனான் *(நாகம்மாள், ப.27).*

இதில் சாலிட்டுக் கொண்டிருந்தவன் பெயர் கருப்பன் என்பதாகக் குறிப்பிடப்படுகிறது. அடுத்த பக்கத்தில் வேறொரு இடத்திலும்,

> கருப்பன் திரும்பிக்கூடப் பார்க்காமல் வேகமாக நடந்தான் *(ப.28)*

என்று அவன் பெயரைக் கருப்பன் என்றே கூறுகிறார். ஆனால் அதற்கப்புறம் இரண்டு பக்கங்கள் கழிந்து,

> “அடே, மாரா, மாரா” என்று கூப்பிட்டான் சின்னப்பன் *(ப.31)*

என்று வருகிறது. கருப்பன் மாரனாகி விடுகிறான். இது ஒரு சிறு பிழைதான். இந்தப் பிழை நாகம்மாளின் சிறப்பை எந்த வகையிலும் பாதித்து விடவில்லை. தொடக்க எழுத்துக்களிலேயே அவரிடம் அவ்வாறான ஒரு தன்மை இருந்தது என்பதற்கான சான்றாகவே இதைக் கூறலாம். அடுத்த நாவலான பூவும் பிஞ்சும் நாவலிலும் இது போன்ற சிறு பிழை ஒன்று நேர்ந்துள்ளது.

வீரப்ப செட்டியாரும் மணியக்காரரும் கடனுக்காக நிலத்தை எழுதி வாங்கிக்கொள்ள முயல்கிறார்கள். கைம்பெண்ணான நாச்சக்காளினுடையது நிலம். அவள் ராமசாமிக் கவுண்டரிடம் முறையிட வருகிறாள். அந்த இடத்தைச் ஷண்முகசுந்தரம்,

> அவள் அடிக்கடி மூக்கைச் சிந்திப் பக்கத்தில் ஆள் இருப்பதைக் கவனியாமல் வீசிக் கொண்டிருந்தாள். அருகில் நின்று கொண்டிருந்த அவள் மகன் குட்டீணன் “அட, நா நிக்கிறது உனக்குக் கண்ணுத் தெரியுதோ இல்லையோ?” என்றான் *(பூவும் பிஞ்சும், ப.29)*

என எழுதுகிறார். இதில் நாச்சக்காளின் மகன் ‘குட்டீணன்’ என்பதும், அவன் அருகிலேயே நிற்கிறான் என்பதும் வெளிப்படுகிறது. காட்சியின் வளர்ச்சியில் அடுத்த பக்கம்

ராமசாமிக் கவுண்டர் அமைதியாக "....உம் பையனை சித்தெ ஊட்டோட இருக்கச் சொல்லு. நானும் 'குட்டீணனைக் கண்டா நல்ல புத்தி சொல்றேன்.

எதுக்கும் ஆத்தரப்பட வாண்டாம்னு சொல்லு" என்றார் (ப.30).

இதில் 'குட்டீணன்' பெயர் வருகிறது. ஆனால், அவன் அருகில் இல்லை என்பதாகவே குறிப்பிடப்படுகிறது. ஒரு பக்கத்திற்குள்ளேயே காணப்படும் இதுவும் மிகச் சிறு தவறுதான். நாகம்மாளில் வந்தது போன்றதுதான். 1960க்குப் பின் எழுதிய நாவல்களில் 'அதுவா இதுவா'வில் இது போன்ற பல தவறுகள் நேர்ந்துள்ளன. அருக்காணியின் தந்தை பெயர் முதலில் குருசாமி முதலியார் என்று குறிப்பிடப்படுகிறது.

"ஆமாம்மா; போகாது" என்றார் குருசாமி முதலியார் (அதுவா இதுவா, ப.5).

அந்த இயல் முழுக்க குருசாமி என்ற பெயரே வருகிறது. அடுத்த இயலில்,

குமாரசாமி முதலியாருக்குக் காலையிலிருந்து அன்று நிற்க நேரமில்லை (ப.22).

... குமாரசாமியைத் தங்கள் கம்பெனியில் சம கூட்டாளியாக (ப.25)

ஆகிய இரண்டு இடங்களில் குமாரசாமி என்ற பெயரே குறிப்பிடப்படுகிறது. அதுவும் இரண்டாம் இயலில் குருசாமி, குமாரசாமி என்ற பெயர்கள் ஒரே பாத்திரத்திற்கு அடுத்தடுத்துப் பயன்படுத்தப் படுகின்றன. இதுகூட உச்சரிக்கும்போது சிறு வேறுபாடு இருப்பதால் ஏற்பட்ட பிழை என்று சமாதானம் சொல்லலாம். இதே நாவலில் வேறொரு பெயர்க் குழப்பமும் உள்ளது.

கல்யாணி செய்த பாக்கியம் முத்துவேலுவைக் கணவனாக அடைந்திருக்கிறாள் . . . (ப.27)

கல்யாணியின் புருஷர் கோபாலுக்கு எதைக் கண்டாலும் எரிச்சல் (ப.30)

இரண்டே பக்கங்களில் முத்துவேலு கோபாலாகி விட்டார். அதுவா இதுவா நாவலின் தொடக்கத்தில் குருசாமி முதலியாரின் மகள் அருக்காணியையும் அவளது அண்ணன் கண்ணப்பனையும் காட்டுகின்றார்.

குருசாமி முதலியார் இரட்டை மாட்டு வண்டியை மெதுவாக ஓட்டிக் கொண்டே வண்டிக்குள்ளே உட்கார்ந்திருந்த

பையன் கண்ணப்பனைப் பார்த்து மெள்ளச் சிரித்தார். அவனுக்கு வயது பனிரண்டு. விவரம் தெரிந்தவன் (ப.5).

இவ்வாறு அறிமுகப்படுத்தப்பட்டு முதல் இயலில் வருகிற கண்ணப்பன் அதற்கப்புறம் எங்கும் வருவதில்லை. என்ன ஆனான் என்பதும் தெரியவில்லை. நாவலின் முக்கிய கட்டங்களில் கூட, அவனைக் குறித்த குறிப்பு எதுவும் இல்லை. ஷண்முக சுந்தரம் கண்ணப்பன் என்ற பெயரோடு அறிமுகப்படுத்திய பாத்திரத்தையே மறந்து, நாவலை எழுதி முடித்து விட்டார் என்றுதான் தோன்றுகிறது.

உதயதாரகை நாவலில் இதை விடவும் கீழான தவறுகளைக் காண முடிகிறது. முத்து முதலியாரின் மனைவி பார்வதி அம்மாளுக்குப் பிறந்த குழந்தை தொடர்பானது அத்தவறு.

பார்வதி அம்மாள், "எல்லாம் இந்தக் குழந்தை சீதா பிறந்த வேளை;" என்று ஒரு வயதுப் பாலகியை முன்னிறுத்தினாள் (உதயதாரகை, ப.9).

முதலியார் மனைவி பார்வதி குளித்துத் தலை கோதிக் கொண்டிருந்தாள். அந்த அம்மாளுக்கு வயது நாற்பதிருக்கும். ஆனால் மொதலியாரம்மா பாக்றதுக்குச் சின்னப்புள்ளை மாதிரி என்றே பலரும் சொல்வார்கள். பதினைந்து வருசம் குழந்தையே இல்லாமலிருந்து மூன்று வருசத்திற்கு முன்தான் ஒரு பையன் பிறந்தான் ... (ப.18)

இங்கு பார்வதி அம்மாளுக்கு இரண்டு குழந்தைகள் இருப்பதற்கான குறிப்பு எதுவும் நாவலில் இல்லை. எனவே ஓரிடத்தில் பெண்ணென்றும் இன்னோரிடத்தில் பையன் என்றும் குறிப்பிடுவது கவனமின்மையால் நேர்ந்த தவறுதான்.

இதே நாவலில் இன்னொரு முக்கிய தவறையும் சுட்டலாம். சாமியப்ப கவுண்டருக்கு ஒரு தங்கையும் இருக்கிறாள்; பித்துப் பிடித்தவள். அவளைக் குறித்து தொடக்கத்தில் எழுதும்போது,

... மைலாத்தாள் விழித்திருந்தாலும் தூங்கிக் கொண்டிருந் தாலும் இரண்டும் ஒன்றுதான். கவுண்டரின் சகோதரிக்கு மூன்று வருஷமாகச் சித்தப்பிரமை (ப.12)

என்று எழுதுகிறார். மைலாத்தாளாக அறிமுகம் ஆகிறவள் நாவலின் பிற்பகுதியில் வேலாத்தாளாக மாறிவிடுகிறாள்.

சாமியப்பனுக்கு வேலாத்தாள் வாழ்வில் இடித்த இடியின் பயங்கர ஓசை எந்நேரமும் கேட்டுக்கொண்டே இருந்தது (ப.98).

ஷண்முகசுந்தரத்தின் நாவல்களில் முத்துவேலு கோபால் ஆவதும் மைலாத்தாள் வேலாத்தாள் ஆவதும் மிகச்சாதாரணம். பெண் பிறக்கும்; பையனாகும். கண்ணப்பன் காணாமல் போவான். இவ்வாறெல்லாம் நேர்வதற்குக் காரணம் கட்டாய எழுத்து முறைதான். திருப்பிப் படித்துப் பார்க்கவோ, மீண்டும் மீண்டும் எழுதவோ வாய்ப்பற்றுப் போகும்போது இவ்வாறுதான் குளறுபடிகள் நிகழ்கின்றன. சாதாரணப் பார்வையில் இவையெல்லாம் மிகச் சிறிய தவறுகளாகவே படலாம். ஆனால், ஒரு படைப்பாளியின் ஆளுமையில் நேர்ந்த சரிவுக்கு இவையெல்லாமும் சான்றுகள்தாம்.

பணத்திற்கான எழுத்துக் கட்டாயம் காரணமாக, அவருடைய நாவல்களில் வரும் செய்திகள் எந்த நாவலில் எது வருகின்றது என்பது குறித்த குழப்பத்தைக் கூட ஏற்படுத்துகின்றன. 'அறுவடை' அவருடைய நான்காவது நாவல். இது வெளிவந்த பின் அவர் எழுதிய பிற நாவல்களிலும் இந்நாவலின் கதைக் குறிப்புத் தொடர்கிறது.

'யார்தான் முட்டாள்தனம் செய்யாமல் இருக்கிறார்கள்? பெரிய வீட்டுப் பண்ணாடி எண்பதாவது வயதில் கல்யாணம் கோலாகலமாகச் செய்து கொண்டார். மருமகள் சரியாகத் தன்னைக் கவனிக்கவில்லை. சோறு தண்ணி போடவில்லை என்பது அவருடைய குற்றச்சாட்டு. அந்தக் குற்றச்சாட்டு எந்தத் திரை கொண்டு மூடி மறைக்கப்பட்டது. அவரது அளவற்ற செல்வம்; பணம்; முட்டாள்தனத்தின் பக்க வாத்தியம் (அழியாக் கோலம், ப.230).

என்று அழியாக் கோலத்தில் அச்செய்தி வருகிறது. காணாச்சுனை அதனை அடுத்து வந்த நாவல். அதிலும் அறுவடை நாவலின் சுருக்கம்,

நம்ம ஊட்டுக்கதை உனக்கு மறந்து போச்சா? எங்க மாமனாரு எண்பத்திரண்டிலே கல்யாணம் பண்ணிக்கலையா? நம்ம சொத்து ஏன் மூன்றாகப் பிரிந்தது (காணாக்சுனை, ப.46)

எனத் தொடர்கிறது.

மனநிழல் நாவலில், இது,

மாரம்பாளைம் பொன்னுசாமிக் கவுண்டருக்கு இருபது வள்ளம் பூமி இருந்தது. நாலு மகன்களுக்கும் பங்கு பிரித்துத் தந்து வருஷம் ஏழு ஆகிறது. இப்போது வயது அவருக்கு அறுபது. இந்தக் கண்டத்தில் அவர் போகவில்லை. தப்பித்துக் கொண்டார். அவர் நாலு மருமகள்கள் வீட்டிலும் சாப்பிடுவார். வித்தியாசமில்லை. ஒரு நாள் மூத்த மருமகள்

சோறு போடும்போது என்னவோ காட்டமாகச் சொல்லி
விட்டாள். ... பெரிய கவுண்டரையும் உசுப்பி விட்டு இந்த
அனாதையை அவருடைய காலில் கட்டி விட்டிருக்கிறாள் ...
(மனநிழல், ப.98,99).

என விரிவாக வருகிறது.

இதுபோலவே சட்டிசுட்டது, தனிவழி நாவலுக்கான குறிப்புகள் அழியாக் கோலத்தில் வருகின்றன. ஓர் ஆசிரியரின் படைப்புக்களில் தொடர்ச்சியும், ஒன்றில் ஒன்று வருதலும் இயல்பாக நிகழக் கூடியதுதான். அது உணர்வுப்பூர்வமாக நிகழும். ஆனால் காரண காரியத்தோடு கொண்டு வரப்பட்டிருக்கும். ஆனால் இவற்றிலோ அவ்வாறு இல்லை. ஒரு வகையில் பக்கம் நகர்த்துவதற்கான செய்திகளாகவே அவை பயன்பட்டிருக்கின்றன. மற்றபடி ஒரு நாவலில் இன்னொரு நாவல் குறிப்பு வருவதற்கான தேவை இல்லை. மேலும் படிக்கும்போது ஏற்கனவே படித்துவிட்ட உணர்வுக்கு வாசகன் ஆட்படுகிறான். பக்கம் நகர்த்துவதற்கென ஆசிரியர் செய்துள்ள வேலைகளாக மேலும் சில சான்றுகளையும் கூற முடியும்.

ஒரு 'வெகுசனப் பத்திரிகை' எழுத்தாளருக்குத் தொடர்கதை எழுதும்போது பக்க வரையறை வார அளவு போன்ற கட்டுப்பாடுகள் உள்ளன. அவன் எப்படியான கருவை எடுத்துக் கொண்டிருந்தாலும் பத்து வாரம் அல்லது இருபது வாரத்திற்குள் முடித்தாக வேண்டும். இதழ் ஆசிரியர் இன்னும் மூன்று வாரத்தில் கதையை முடித்து விடுங்கள் என்றால், அதற்கு அவன் உட்பட்டாக வேண்டும். அத்தகைய கட்டாயங்கள் ஷண்முகசுந்தரத்திற்கு இல்லை. ஆனால், பதிப்பகத்தார் 100 பக்கம், 200 பக்கம் என்று எந்த அளவுக்கு நாவல் தேவை என்று சொல்கிறார்களோ அந்த அளவு நாவலை நீட்டவோ, குறைக்கவோ வேண்டிய தேவை அவருக்கு ஏற்பட்டுள்ளது. குறிப்பாக, நாவலைப் பக்கங்கள் நீட்டுவதற்காக அவர் நிறைய முறைகளைக் கையாண்டிருக்கிறார். இடை இடையே ஏதாவது கதைகளைச் சொல்வது ஒரு முறை.

பொதுவாக வட்டார நாவல்கள் என்பனவற்றில் காணப்படும் குறை, நாவலுக்குத் தேவையற்ற தகவல்களை, விவரங்களை மிக விரிவாகச் சொல்லிக் கொண்டு போவது. அந்தக்குறை தொடக்கத்திலிருந்தே ஷண்முகசுந்தரத்திடம் இல்லை. பிற்கால நாவல்களில் பக்க வளர்ச்சிக்காகச் சில தேவையற்ற கதைகளைக் கூறிச் செல்கிறார். 'உதயதாரகை' நாவலில் வரும் கதை இது.

... பரங்கியன் வந்த புதிதில் கொங்கு நாட்டில் இச்சிற்றூர் வீரத்திற்குப் புகழ் பெற்று விளங்கிற்றாம். ஒரு துரை

ஆச்சரியப்பட்டு 'அப்படி ஒரு ஊர் இருக்கிறதா ?' என்று தன் படைகளோடு பவனி வந்திருக்கிறான். கிராம எல்லையை மிதித்ததும் 'துக்காச்சி ஆத்தாள்' என்னும் அந்தச் சாமி தடுத்து விட்டதாம். ஆத்திரத்தில் வாளை உருவி வெட்டியிருக்கிறான். துக்காச்சி ஆத்தாள் வீழ்ந்ததும் அந்தப் பரங்கியன் கண் இரண்டு அக்கணமே அவிந்து விட்டது (உதயதாரகை, ப.16).

இந்த முறை 'பனித்துளி'யில் கூடக் காணப்படுகின்றது. ஒரு குயவன் கதை மூன்று பக்கங்களுக்குச் சொல்லப்படுகின்றது (ப.52–54). மேலும் பக்கம் நீட்டலுக்காகவும் அவசர அவசரமாகவும் ஒரு நாவல் எழுதப்படும்போது, நாவலின் முக்கிய நிகழ்ச்சிகள், பாத்திர உணர்வுகள் போன்றவை வெளிப்படுத்தக் கடினமாக அமைகின்றன. அதற்காக மிகச் சாதாரண நிகழ்ச்சிகளைப் பக்கம் பக்கமாக விவரித்துவிட்டு, முக்கிய நிகழ்ச்சிகளைப் போகிற போக்கில் சொல்லிவிட்டுப் போவது, அல்லது முக்கிய நிகழ்ச்சியை சஸ்பென்சுக்காகப் பயன்படுத்துவது போன்றவை நிகழ்கின்றன. காணாச்சுனை நாவலை இதற்குச் சான்றாகச் சொல்லலாம். நாவலின் தொடக்க நிகழ்ச்சியே சிறிதும் நாவலுக்குத் தேவைப்படாத நிகழ்ச்சி. நிதிவசூல் செய்ய ஒருவர் வருவதைப் பதினைந்து பக்கங்களுக்கு எழுதுகிறார். இது போல நிறைய நிகழ்ச்சிகள் உள்ளன. ஆனால், நாவலின் மையமான நடராசன் – கமலம் சந்திப்பு, கமலம் முடிவு போன்றவை போகிற போக்கில் சொல்லப்படுகின்றன. அழியாக் கோலம், மூன்று அழைப்பு – போன்ற நாவல்களிலும் இதே தன்மைகள் இடம் பெற்றுள்ளன.

மேற்கண்ட எல்லாத் தன்மைகளும் ஒருங்கே பெற்றுத் திகழும் நாவல் 'உதயதாரகை.' இந்த நாவலைப் பொறுத்தவரை தட்டுத் தடுமாறி ஆசிரியர் பக்கங்களை ஒப்பேற்றி இருக்கும் தன்மை வெளிப்படையாகத் தெரிகிறது. பச்சைக் குத்துகிறவர்கள் குறித்து ஒரு இயலே எழுதியுள்ளார். இது ஏற்கனவே 'மாயத்தாகம்' நாவலில் எழுதப் பெற்ற பகுதிதான்.

சில குறிப்பிட்ட மாதத்தில் வருஷந் தவறாது நாடோடிப் பச்சைக்காரக் குடும்பங்கள் வந்து தங்கும். அந்தப் பச்சைக்காரர்களிலே ஆண்கள் வேட்டைக்குப் போய் ஏதாவது காடை, கவுதாரி கொண்டு வருவார்கள். பகலில் பெண்கள் பச்சை குத்திவிட்டு, மாலையில் திரும்புவார்கள். ஒரு ஆணுக்கு மூன்று நான்கு மனைவிமார்கள் இருப்பார்கள். மாலையில் ஆண்களும் பெண்களும் சேர்ந்து ஆனந்தமாகக் குடித்துவிட்டுத் திரும்புவார்கள். சும்மா இருந்தாலே சண்டைக்குப் பஞ்சம் இருக்காது. குடித்தும் விட்டால்

கேட்கவேண்டுமா? ராத்திரி முழுதும் ஓயாது சண்டைதான் (மாயத்தாகம், ப.21).

இச்செய்தி சட்டி சுட்டது நாவலிலும் வருகிறது.

> *பச்சைமலை பவளமலையை முன்னர் தங்கள் நாடாகக் கொண்டிருந்த மலைக்குறத்தி வம்சாவளியினர் ஒரத்தபாளையத்தில் டேரா போட்டு இருந்தார்கள். இப்பொழுது காடு, மேடு பட்டி தொட்டிகள்தான் அவர்களது நாடும் வீடும். முன்பிருந்த கலை அம்சங்கள் மறைந்து விட்டன. தற்போது அவர்களிடம் எஞ்சி இருப்பது கலாட்டா அம்சம்தான். பச்சைக்காரிகள் சண்டை போட்ட வண்ணம் இருப்பார்கள். சண்டைகள் அவர்கள் வாழ்வின் இன்றியமையாத ஒரு பகுதி. சச்சரவிட்டுக் கொள்வது போலவே கூடிக் குலாவிக் குஷாலாக கொஞ்சாமலும் இருக்க மாட்டார்கள் (சட்டி சுட்டதடா, ப.29).*

மேற்கண்ட இரு நாவல்களிலும் வரும் இந்தச் செய்தி 'உதயதாரகை'யில் ஓர் இயலை நிறைத்துக்கொள்கிறது.

> *இந்த நாடோடிக் கூட்டத்திற்கு எல்லா ஊர்களுமே சொந்த ஊர்கள்தான். இன்று இங்கே, நாளை எங்கேயோ? அவர்கள் பச்சை குத்துவதன் மூலம் கிடைக்கும வருவாயிலே வாழ்ந்து வருபவர்கள். மரத்து நிழலும் திண்ணை ஒதுக்குமே அவர்கள் குடியிருப்புகள் ... குடிப்பது வயிறு கொள்ளுமட்டும் – சண்டை போடுவது – சதா அவர்கள் ஒருவருக்கொருவர் சண்டை போட்டுக்கொள்வது – இந்த இரு தொழில்கள்தாம் அவர்களுடைய இயற்கை (உதயதாரகை, ப.24).*

இவ்வாறு விரியும் செய்தியுடன் வேறு சில நிழ்ச்சிகளையும் சேர்த்து விரிவான ஓர் இயலாக எழுதியுள்ளார். இது பக்கம் அதிகரிப்பதற்கான ஒரு வழியே தவிர வேறில்லை. ஷண்முகசுந்தரத்திடம் தொடக்ககால எழுத்துக்களில் காணப்படும் செறிவு, கச்சிதம் போன்ற தன்மைகள் பிற்காலத்தில் உதிர்ந்து விடுகின்றன. உதயதாரகை, வரவேற்பு போன்ற நாவல்களில் ஓர் ஊதாரியைப் போலச் சொற்களைச் செலவழிக்கிறார் ஷண்முகசுந்தரம்.

இந்தத் தன்மைகள் அனைத்துமே பணத் தேவைக்காக எழுதப்பட்ட காரணத்தால் ஏற்பட்டவை ஆகும். இந்த வகையான எழுத்துக்கள் அவர் ஆளுமையில் நேர்ந்த சரிவுகளே ஆகும்.

•

பின்னுரை

ஆர். ஷண்முகசுந்தரத்தின் படைப்புகளைத் திரட்டிக்கொண்டும் ஆய்வுக்காகப் படித்துக் கொண்டுமிருந்த நாட்களில், அவருடைய குடும்பத்தினரைச் சந்திப்பது மிகுந்த பயனுடைய தாக இருக்கும் என்று தோன்றியது. எனது தொடர்புகளின் வழியாகப் பெற முடியாத சில நூல்களையும் அவரது வாழ்க்கை பற்றிய தவல்களையும் குடும்பத்தினரிடமிருந்துதான் பெற முடியும் என்று நம்பினேன். ஆனால் அவருடைய குடும்பத்தினர் பற்றிய தகவல்களைப் பெறுவதே கடினமாயிருந்தது.

ஆர். ஷண்முகசுந்தரத்திற்குக் குழந்தைகள் இல்லை என்பதையும் அவருடைய தம்பியின் பிள்ளைகளை அவர்தான் வளர்த்தார் என்பதையும் அறிய முடிந்தது. அவரும் அவருடைய தம்பியாகிய திருஞானசம்பந்தமும் மிகுந்த மன ஒற்றுமை உடையவர்கள். இலக்கிய ஈடுபாடும், இலக்கியம் தொடர்பான செயல்களில் பற்றும் இரண்டு பேருக்கும் ஒரே மாதிரி இருந்திருக்கிறது. ‘வசந்தம்’ என்னும் இதழ், புதுமலர் அச்சகம், புதுமலர் நிலையம் என்னும் பதிப்பகம் ஆகியவற்றை இணைந்தே நடத்தியிருக்கிறார்கள். இருவரும் கூட்டுக் குடும்பமாகவே வாழ்ந்தார்கள் என்ற செய்திகளை என்னால் எளிதாகத் திரட்ட முடிந்தது. ஆர். ஷண்முகசுந்தரத்திற்கு எழுதிக் கொடுப்பவரே திருஞானசம்பந்தம்தான் என்றுகூட அக்காலத்தில்

வதந்தி நிலவியிருக்கிறது. திருஞானசம்பந்தம் இறந்தபோது அச்செய்தி 'தாமரை' இதழில் வெளியாகி இருக்கிறது.

1964 டிசம்பர் மாதத் 'தாமரை' இதழில் வெளியான அச்செய்திக் குறிப்பு –

'கோயமுத்தூரிலிருந்து வந்த 'வசந்தம்' இலக்கிய ஏட்டின் ஆசிரியராகப் பணியாற்றியவர் எழுத்தாளர் நண்பர் திருஞானசம்பந்தம். பிரபல நாவலாசிரியர் ஆர். ஷண்முக சுந்தரத்தின் தம்பியான அவர் காலமானார் என்ற செய்தியை அறியப் பெரிதும் துயருற்றோம்' என்று குறிப்பிடுகிறது. திருஞானசம்பந்தம், அப்போதைய இலக்கியச் சூழலில் மிகவும் அறியப்பட்டவராகவே இருந்திருக்கிறார். திருஞானசம்பந்தத்தின் குடும்பத்தினரை அறிவதன் மூலமாக ஆர். ஷண்முகசுந்தரத்தைப் பற்றிய பல விளக்கங்களைப் பெறலாம் என்பதுணர்ந்து அவர்களை அறிய முற்பட்டபோது உறுதிப்படுத்திக்கொள்ள இயலாத தகவல்களையே பலரும் கூறினார்கள். பின் கோவை சமுதாயம் பிரசுராலயம் கோ. சீனிவாசன் அவர்கள் மூலமாகத்தான் சரியான தகவலைப் பெற்றேன். திருஞானசம்பந்தத்திற்கு இரண்டு மகன்கள், இரண்டு மகள்கள் என்றும், மூத்த மகன் பள்ளியில் ஆங்கில ஆசிரியராகப் பணியாற்றுகிறார் என்றும் அவர் பெயர் தி.ஷண்முகசுந்தரம் என்றும் கடிதம் வழியாக எனக்குத் தகவல்களைத் தந்துதவினார் சீனிவாசன். தி.ஷண்முகசுந்தரத்தின் மயிலாடுதுறை முகவரியும் கிடைத்தது. அத்தோடு ஆர். ஷண்முகசுந்தரத்தின் மனைவி வள்ளியம்மாள் அவர்களும் அங்கே இருக்கிறார் என்னும் செய்தி மிகவும் உற்சாகம் கொடுத்தது.

தி. ஷண்முகசுந்தரம் அவர்களுக்குக் கடிதம் எழுதினேன். அவருடைய பதில், மயிலாடுதுறைக்கு என்னைப் பயணப்பட வைத்தது. மிகுந்த தயாரிப்புகளைச் செய்துகொண்டேன். அவர்களிடம் பேட்டி எடுப்பதற்கான கேள்விப் பட்டியல், ஆர். ஷண்முகசுந்தரத்தின் கிடைக்காத நாவல்களின் பட்டியல், எனக்கிருந்த ஐயங்களின் தொகுப்பு, அவருடைய வாழ்க்கைக் குறிப்புக்காக எனக்குத் தேவைப்படும் தகவல்கள், அவருடைய மொழிபெயர்ப்பு நூல்கள் பற்றி எனக்குத் தேவையான தகவல்கள் என விரிவாகவே என்னுடைய தயாரிப்பு இருந்தது. அங்கே போனபின் எதைக் கேட்பது என்பதில் தடுமாற்றம் நேர்ந்துவிடக் கூடாது என்பதில் எச்சரிக்கையாக இருந்தேன். குறைந்தபட்சம் இரண்டு நாட்களாவது தங்க வேண்டியிருக்கும் என்று அதற்கான ஏற்பாடுகளையும் செய்துகொண்டேன். கூடவே, என்னுடைய 'ஏறுவெயில்' நாவல் பிரதி ஒன்றையும் எடுத்துக்கொண்டேன்.

எழுத்தாளரின் குடும்பம், அவரைப் பற்றி ஆய்வு செய்பவரும் ஓர் எழுத்தாளர்தான் என்று அறிந்தால் அங்கீகாரம் பெறுவதற்கும் சகஜமாகப் பேசுவதற்கும் உதவும் என்று எண்ணினேன்.

மயிலாடுதுறை பெரிய கிராமம்போல இருந்தது. தெருக்கள், வீடுகள், கடைகள் எல்லாம் மிக மெதுவான இயக்கம் கொண்டிருப்பதாகப்பட்டது. எங்கும் சோகத்தின் சாயல் படர்ந்திருப்பதாக உணர்ந்தேன். ஏனென்று தெரியவில்லை.

நகரப் பேருந்து ஒன்றைப் பிடித்துப் போய் தி. ஷண்முக சுந்தரத்தின் வீட்டைக் கண்டுபிடித்தேன். வீடு மாடியில். திரை போடப்பட்ட ஜன்னல்கள். அறிமுகமெல்லாம் முடிந்து வரவேற்பறையில் உட்கார்ந்தேன். தி. ஷண்முகசுந்தரத்தின் தங்கை மஞ்சுளாவும் அப்போது அங்கே இருந்தார். ஒரே இடத்தில் இருவரைச் சந்திக்க முடிந்ததில் சந்தோசமாக இருந்தது. ஆனால் பெரிய வருத்தம். ஆர். ஷண்முகசுந்தரத்தின் மனைவி வள்ளியம்மாள் மிகவும் வயதானவராக இருந்தார்; அத்தோடு அவருக்குக் காது சுத்தமாகக் கேட்கவில்லை; வாய்ப் பேச்சும் தெளிவாக இல்லை. தி. ஷண்முகசுந்தரம் ஒருவரோடு மட்டும்தான் எழுத்தாளரின் துணைவியாரால் கருத்துப் பரிமாறிக்கொள்ள முடிந்தது. அதுவும் கைச்சாடை மூலமாகவும் மிகவும் சத்தமாகப் பேசுவதன் மூலமாகவும். அவருடைய பேச்சு வெற்றொலிகளின் கோவையாக வந்தன. அதனை ஓரளவு இனம் பிரித்துப் பொருள் கொள்ள தி. ஷண்முகசுந்தரம் அவர்களால் மட்டுமே முடிந்தது. அந்த அம்மையார் கணவரின் எழுத்துக்கள் அனைத்தையும் படித்தவர் என்பதை மட்டும் புரிந்துகொள்ள முடிந்தது. வேறு எதுவும் அவரிடமிருந்து கிடைக்கவில்லை. அது பெருத்த ஏமாற்றம்.

அதைவிடவும் பெரிய ஏமாற்றம் தி. ஷண்முகசுந்தரம் அவர்களிடம் இருந்து கிடைத்தது. பேச்சில் முதலில் அவர் கேட்டது, 'நீங்க முதலியாரா?' என்பதுதான். அக்கேள்விக்கு முக்கிய காரணம் ஆர். ஷண்முகசுந்தரம் முதலியார் சாதியைச் சேர்ந்தவர் என்பதுதான்.

அவர் கேட்டதில் பெரிய தவறில்லை. தன்னுடைய சாதியைச் சேர்ந்தவராகப் பார்த்து ஆராய்ச்சிக்குத் தேர்வு செய்து கொள்ளுதல் நடைமுறையாகத்தான் இருக்கிறது. நான் ஆர். ஷண்முகசுந்தரத்தின் படைப்புகளைத் தேர்வு செய்யக் காரணம் அவர் கவுண்டர் என்பதனால்தான் என்று கருதியவர்கள், கருதுபவர்கள் இருக்கிறார்கள். பல்கலைக்கழகத்திலேயே இதை எதிர்கொள்ள வேண்டியும் இருந்தது. கொங்குப் பகுதியில்

ஆளுமை கொண்ட பெரும் படைப்பாளியாக இருந்தவர் அவர் ஒருவர்தான் என்பதே என் ஆய்வுக்கு அவரைத் தேர்வு செய்து கொள்ளக் காரணமே தவிர, அவருடைய சாதியைப் பார்த்து அல்ல. அவர் கொங்குப் பகுதிக் கவுண்டர்களைப் பற்றியே பெரும்பாலும் எழுதியிருப்பதால் அவரையே கவுண்டர் என்று எண்ணிக்கொண்டவர்கள் அநேகம். இத்தகைய கேள்வியை எதிர்கொள்ள நேரும்போதெல்லாம் 'ஆர். ஷண்முகசுந்தரம் முதலியார் சாதியில் பிறந்தவர்' என்பதை வலியுறுத்திச் சொல்வேன். என் நல்ல நேரம், அவர் முதலியாராகப் பிறந்தார்.

நான் முதலியார் இல்லை என்றதும் தி. ஷண்முகசுந்தரம் கொஞ்சம் உற்சாகம் குறைந்ததுபோலக் காணப்பட்டார். கேலியான தொனியில் பதில்கள் வந்தன. ஏறுவெயில் பிரதியைக் கொடுத்தபோது எனக்கு அறிவுரைகள் சொல்லத் தொடங்கி விட்டார். அதன் சாரம் 'எழுதுகிறேன் என்று சொல்லி வாழ்க்கையைக் கெடுத்துக்கொள்ள வேண்டாம்' என்பதுதான்.

யாரைப் பற்றி ஆய்வு செய்கிறோமோ அவரையோ அவரைச் சார்ந்தவர்களையோ சந்தித்துவிட்டால் போதும். அவர்களிடமிருந்தே ஆய்வுக்குத் தேவையான அனைத்தையும் பெற்றுக் கொள்ளலாம் என்று நினைப்பது பொதுவான பல்கலைக்கழக மனோபாவம். அதுகூடப் பரவாயில்லை. எழுத்தாளரே இயல்கள் பிரித்துக் கொடுத்து, அதில் என்ன எழுத வேண்டும் என்பதையும் விலாவாரியாக விவரித்து விட வேண்டும் என்று எதிர்பார்ப்பவர்களும் உண்டு. என்னுடைய முயற்சியிலேயே ஆர். ஷண்முகசுந்தரத்தின் பெரும்பாலான நூல்களைத் திரட்டிவிட்டேன் என்றாலும், கிடைக்காத சில நூல்களை அவருடைய குடும்பத்தினரிடமிருந்து பெற்றுவிடலாம் என்று நம்பியிருந்தேன். அவரும் அவருடைய தம்பியும் இணைந்து நடத்திய 'வசந்தம்' இதழின் ஓரிரு படிகளையாவது பார்த்துவிட முடியாதா என்னும் ஏக்கமும் கொண்டிருந்தேன். 'அவருடைய புத்தகங்களைப் பார்க்க வேண்டும்' என்று கேட்டபோது, தி. ஷண்முகசுந்தரத்திடமிருந்து வந்த பதில் அதிர்ச்சியூட்டியது. அவருடைய நூல்கள் எதுவும் இல்லை. அவர் சொன்னார், 'மூஞ்சியில்லாம ஒரு பொம்பள படம் போட்ட புத்தகம் ஒண்ணு மட்டும் இருக்குது. அது சீனிவாசன் (சமுதாயம் பிரசுராலயம்) அனுப்பி வெச்சாரு. அவருதான் அப்பப்ப ஏதோ பணங்கூட அனுப்புவாரு.' அந்தப் புத்தகம் 'நாகம்மாள்.' அதைக்கூட 'மூஞ்சியில்லாத பொம்பள படம் போட்ட புத்தகம்' என்று சொல்லும்போது நான் மேற்கொண்டு என்னத்தை எதிர்பார்க்க முடியும்?

ஆர். ஷண்முகசுந்தரத்தின் வாழ்க்கை பற்றிய தகவல்களும் குறைவாகவே கிடைத்தன. அந்த உரையாடல் நடைபெற்ற விதம் உணர்ச்சிப்பூர்வமானது. நான் கேள்விகள் கேட்டபோது திருமதி மஞ்சுளா அவர்கள், பொறுமையாகப் பதில்கள் சொல்லிக் கொண்டிருந்தார். அவருடைய பதில்கள் அனைத்தும் ஆர். ஷண்முகசுந்தரம் அப்பழுக்கில்லாதவர், தூயவர் என்பதான பிம்பங்களை உருவாக்குவதை மையமிட்டிருந்தன.

ஆர். ஷண்முகசுந்தரம் பற்றியான நல்ல விஷயங்களையே அவர் கூறிக்கொண்டிருந்தார். அந்தப் பதில்களை அவ்வப்போது கேலி செய்து தி. ஷண்முகசுந்தரம் சில சொற்களைக் கூறிச் சிரித்தார். ஒரு கட்டத்தில் அது உடைபட்டுப் பெருகிற்று. ஆவேசமும், கோபமும் இணைய ஆர். ஷண்முகசுந்தரத்தைக் குறித்து எதிரான கருத்துக்களை ஆவேசத்தோடு கூறிச் சில 'கெட்ட' வார்த்தைகளையும் பயன்படுத்தினார். 'சுயமாகச் சம்பாதிக்க முடியவில்லை என்றாலும் இருந்த சொத்துக்களைக் கூடக் காப்பாற்றி வைக்காமல் அனைத்தையும் அழித்து விட்டார்கள்' என்பதும் இலக்கியம் என்று சொல்லிக் குடும்பத்தை வறுமையில் தள்ளிவிட்டார்கள் என்பதும்தான் ஆர். ஷண்முகசுந்தரம், அவருடைய தம்பி திருஞானசம்பந்தம் ஆகியோர்மீது இவர் வைத்த குற்றச்சாட்டு. குடும்பத்தின் மூத்த மகனாகிய தி. ஷண்முகசுந்தரம் அதன் பலனை நேரடியாக அனுபவித்திருக்கிறார். ஆகவே அவருடைய ஆவேசத்தில் மிகுந்த நியாயம் இருப்பதாகப் பட்டது. தி. ஷண்முகசுந்தரம் திருமணம் செய்துகொள்ளவில்லை என்பதையும் அறிந்தேன். அதன் காரணத்தைக் கேட்க எனக்குப் பிரியமில்லாமல் போய்விட்டது. அவர்களுடைய குடும்பச் சிக்கலை ஒருவாறு ஊகிக்க முடிந்தது.

ஆர். ஷண்முகசுந்தரம் பல தொழில்களும் செய்து எதிலும் லாபம் சம்பாதிக்க இயலாமல், இருந்ததையும் விட்டுவிட்டு 1960ஆம் ஆண்டு மீண்டும் எழுதத் தொடங்கியிருக்கிறார். 1945லிருந்து பதினைந்து ஆண்டுகள் எதுவும் எழுதாமல் இருந்த அவர் அறுபதுகளில் எழுத வந்ததற்குக் காரணம் பணத்தேவை. அப்போதிருந்து எழுத்தின் மூலமாக வந்த வருமானம்தான் குடும்பத்திற்குப் பயன்பட்டிருக்கிறது. 'ஆர். ஷண்முகசுந்தரம் தமிழ் இலக்கியத்திற்குச் சில முக்கிய நாவல்களைக் கொடுத்திருக்கிறார்' என்று நான் கூறியபோது 'ஆமா இன்னம் யாராச்சும் ஒரு இருநூறு முந்நூறு கொடுத்திருந்தா தமிழ் இலக்கியத்திற்கு இன்னங்கூடச் சில நாவல்கள் கிடைத்திருக்கும்' என்று தி. ஷண்முகசுந்தரம் கூறியது மிகையல்ல. அதுதான்

உண்மை. மொழிபெயர்ப்புகள், சொந்த நாவல்கள் என்று ஏராளமாக எழுதியிருக்கிறார். அனைத்தும் பணத்தேவைக்காக. குடும்பத்திற்காக.

அப்படியிருந்தும் வறுமை அவரை விட்டுப் போகவில்லை. 1964இல் அவருடைய தம்பி திருஞானசம்பந்தம் இறந்தபோது உடலை அடக்கம் செய்வதற்குக்கூடப் பணம் இருந்திருக்க வில்லை. 1970க்குப் பின் பார்ப்பவர்களிடமெல்லாம் கடனாகப் பணம் கேட்டுப் பெற்றிருக்கிறார். அந்தச் சூழலில் மிகுந்த துன்பத்தை அவருடைய குடும்பம் அனுபவித்ததைத்தான் தி. ஷண்முகசுந்தரத்தின் சொற்கள் வெளிப்படுத்தின. வியாபாரியாக வெற்றிபெற இயலாமல்போன ஆர். ஷண்முக சுந்தரத்திற்காகப் பரிதாபப்படுவதா, குடும்பத்தைப் பெரும் கஷ்டத்தில் ஆழ்த்தியதற்காகக் கோபப்படுவதா என்பது இப்போதும் முடிவெடுக்க இயலாத யோசனை.

இன்னொரு முக்கியச் செய்தி, ஆர். ஷண்முகசுந்தரத்தின் தேவையைப் பதிப்பகங்கள் தமக்குச் சாதகமாகப் பயன்படுத்திக் கொண்டதாகும். இருபத்திரண்டு சொந்த நூல்கள், நூற்றுக்கும் மேற்பட்ட மொழிபெயர்ப்பு நூல்கள் எழுதியிருந்தும் அவற்றி லிருந்து எந்த வருமானமும் அவருடைய குடும்பத்திற்கு வரவில்லை. அவரிடம் எழுதி வாங்கும்போதே இருநூறு, முந்நூறு என்று கொடுத்துவிட்டு நூலின் முழு உரிமையையும் தமக்கே சொந்தமாக்கிக்கொண்டுள்ளனர் பதிப்பகத்தார். 'இந்த நூலின் சகல உரிமையும் பதிப்பகத்தாருக்கே' என்னும் எரிச்சலூட்டும் குறிப்பு அவருடைய பல நூல்களிலும் காணப்படுகிறது. அப்போதைய பணத் தேவையில் இந்த உரிமை தொடர்பான விஷயம் எதையும் அவர் கவனத்தில் கொண்டிருக்கவில்லை. அது பதிப்பகங்களுக்குச் சாதகமாகிவிட்டிருக்கிறது.

ஒருமுறை தியாகராயா நகரிலுள்ள வானவில் பிரசுரத்திற்குச் சென்றிருந்தேன். சில பழைய நாவல்களை எல்லாம் அரசு நிதி உதவிபெற்று மறு பிரசுரம் செய்த பதிப்பகம் அது. டி.வி.எஸ். மணி என்பவர் அதன் உரிமையாளர். அவர் வெளியிட்ட நூல்கள் எல்லாவற்றையும் கொண்டுவந்து கொடுத்தார். அதில் 'அன்பு உள்ளம்', 'அனுபமா', 'அன்பின் வடிவம்' என்னும் சரத்சந்திரரின் மூன்று நாவல்கள் இருந்தன. மொழிபெயர்த்தவர் பெயர் எதுவும் இல்லை. எனக்குச் சந்தேகம். ஆர். ஷண்முகசுந்தரம் மொழிபெயர்த்த 'தூய உள்ளம்' 'அனுபமா' என்னும் இரு நாவல்களின் முதல் பதிப்பு நூல்கள் ஏற்கனவே கிடைத்திருந்தன.

தூய உள்ளம்தான் அன்பு உள்ளமாக மாறிவிட்டதோ? அவரிடம் கேட்டேன். ஆர். ஷண்முகசுந்தரம் மொழி

பெயர்த்தவைதான் இவை என்பதை அவர் ஒப்புக்கொண்டார். ஏன் அவருடைய பெயரைப் போடவில்லை? என்னும் கேள்விக்கு மழுப்பலான சிரிப்பு மட்டும்தான் பதிலாகக் கிடைத்தது. ஆர். ஷண்முகசுந்தரத்தின் பெயரைப் போட்டால் அதனால் ஏற்படும் உரிமை, ராயல்டி பிரச்சினைகளைத் தவிர்ப்பதற்காக மொழிபெயர்த்தவர் பெயரே இல்லாமல் நூல்களை வெளியிட்டிருக்கிறார். தாராசங்கர் பானர்ஜியின் 'அபலையின் கண்ணீர்' என்னும் நாவல் ஆர். ஷண்முகசுந்தரத்தின் மறைவுக்குப் பிறகு நூலாக வெளிவந்திருக்கிறது. அழியாக் கோலம், காணாச்சுனை ஆகியவற்றையும் அம்ருதா பிரீதத்தின் 'பாடகி'யையும் மறுபதிப்பாக இமயம் பதிப்பகம் வெளியிட்டுள்ளது. ஆனால் இவற்றால் ஷண்முகசுந்தரத்தின் குடும்பத்திற்கு எந்தப் பயனும் இல்லை. அவருடைய நூல்களின் பதிப்புரிமை இன்ப நிலையம், குயிலன் பதிப்பகம், தமிழ்ப் புத்தகாலயம் முதலிய பதிப்பகங்களிடம் உள்ளது.

ஆர். ஷண்முகசுந்தரம் எழுதிக்கொண்டிருந்த காலத்தில் குடும்பத்தில் வறுமை; மறைவுக்குப் பின்னும் அவருடைய எழுத்தின் மூலமாகக் குடும்பத்திற்கு எந்த வருவாயும் இல்லை என்னும் நிலையில் அவருடைய குடும்பத்தினரின் மனநிலையைப் புரிந்துகொள்ள முடிந்தது. மயிலாடுதுறையிலிருந்து அன்று மாலையே திரும்பிவிட்டேன்.

●

பயன்பட்ட நூல்கள்

1. அருணாசலம், சபா. – தமிழ் நாவல்களில் காந்தியத்தாக்கம், தேவகோட்டை: காளத்தி நூலகம், 1981

2. இருசுப்பிள்ளை, இராம., முதலியோர் – கொங்கு நாட்டில் இந்திய சுதந்திரப் போராட்டம், கோயம்புத்தூர்: கோவை சுதந்திரப் போராட்டத் தியாகிகள் மன்றம், 1993.

3. கீதா, கோ.வெ. – தமிழ் நாவல்கள் - ஓர் அறிமுகம், சென்னை: அணியகம், 1979.

4. கோவை கிழார் – எங்கள் நாட்டுப்புறம். கோயம்புத்தூர்: கோவை நிலையப் பதிப்பகம் லிமிடெட், ஆ.இ.

5. கைலாசபதி, க. – தமிழ் நாவல் இலக்கியம், சென்னை: நியூ செஞ்சுரி புக் ஹவுஸ், இரண்டாம் பதிப்பு, 1984.

6. சிவத்தம்பி, கா. – நாவலும் வாழ்க்கையும், சென்னை: நியூ செஞ்சுரி புக் ஹவுஸ், இரண்டாம் பதிப்பு, 1988.

7. சீதாலட்சுமி, வே. – தமிழ் நாவல்கள் (அகர வரிசை) சென்னை: உலகத் தமிழாராய்ச்சி நிறுவனம், 1985.

8. சுந்தர ராமசாமி – சுந்தர ராமசாமி கட்டுரைகள், சென்னை: க்ரியா வெளியீடு, 1984.

9. சுந்தரராஜன், பெ.கோ. (சிட்டி), சிவபாதசுந்தரம், சோ.	– தமிழ் நாவல் நூறாண்டு வரலாறும் வளர்ச்சியும், சென்னை: கிறிஸ்தவ இலக்கிய சங்கம், 1977.
10. சுப்ரமணியம், க.நா.	– நாவல் கலை, சென்னை: கலைஞன் பதிப்பகம், 1985.
11. தாராசங்கர் பானர்ஜி, ஆர். ஷண்முகசுந்தரம் (மொ.ஆ.)	– புதுக்கிளை, சென்னை: சேகர் பதிப்பகம், 1968.
12. பாக்கியமுத்து, தி., (ப.ஆ.)	– தமிழ் நாவல்களில் மனித விமோசனம், சென்னை: கிறிஸ்தவ இலக்கிய சங்கம், 1976.
13. -----------	– தமிழ் நாவல்களில் குடும்ப சக்தி, சமுதாய மாற்றம், சென்னை: கிறிஸ்தவ இலக்கிய சங்கம், 1978.
14. ராமசாமி, டி..சி.	– ஆர். ஷண்முகசுந்தரத்தின் கொங்கு மணம் கமழும் நாவல்கள், சென்னை: வானதி பதிப்பகம், 1994.
15. ஆ.பெ.இ.	– எதற்காக எழுதுகிறேன் (படைப்பாளர் கட்டுரைகள்), சென்னை: எழுத்து பிரசுரம், 1972.
16. ஆ.பெ.இ.	– நாவலாசிரியர் ஆர்.ஷண்முக சுந்தரம் இலக்கியக் கருத்தரங்கு, கோயம்புத்தூர்: சமுதாயம் பிரசுராலயம், 1969.

●

ஆய்வேடுகள்

17. பாலசுப்பிரமணியன், ப.வெ. – கொங்கு வட்டார நாவல்கள், (பிஎச்.டி. ஆய்வேடு), சென்னை: சென்னைப் பல்கலைக்கழகம், 1988.

18. ஜான்சி ராணி, மு. – ஆர். ஷண்முகசுந்தரம் நாவல்கள் – ஓர் ஆய்வு, (பிஎச். டி. ஆய்வேடு) சென்னை: சென்னைப் பல்கலைக்கழகம், 1983.

19. செல்லப்பா, சி.சு. – எழுத்து (காலாண்டிதழ்), சென்னை: மார்ச், 1962.

20. ———————— – எழுத்து (காலாண்டிதழ்), சென்னை: ஏப்ரல் – ஜூன், 1968.

21. பார்த்தசாரதி, நா. – தீபம் (மாத இதழ்), சென்னை: அக்டோபர், 1970.

22. வானமாமலை, நா. – ஆராய்ச்சி (காலாண்டிதழ்), பாளையங்கோட்டை: அக்டோபர், 1972.

●

காலச்சுவடு பப்ளிகேஷன்ஸ் (பி) லிட்.
Published by Kalachuvadu Publications Pvt. Ltd.,
669, K.P. Road, Nagercoil 629001, India
Phone: 91-4652-278525
e-mail: publications@kalachuvadu.com

08/2022/S.No. 1062, kcp 3744, 18.6 (1) rss